Parang Kayo

pero hindi

PARANG KAYO
pero hindi

ni
Noringai

ANVIL
Publishing Inc.

Parang Kayo, Pero Hindi
ni Noringai

Karapatang-ari © 2013
Noreen Capili at Anvil Publishing, Inc.

Inilimbag at ipinamamahagi ng
ANVIL PUBLISHING, INC.
7th Floor Quad Alpha Centrum Building
125 Pioneer Street, Mandaluyong City
1550 Philippines
Sales and Marketing: marketing@anvilpublishing.com
Fax No.: (+632) 747-1622
www.anvilpublishing.com

Unang limbag, Setyembre 2013   Ikapitong limbag, Hunyo 11, 2014
Ikalawang limbag, Nobyembre 2013   Ikawalong limbag, Hunyo 27, 2014
Ikatlong limbag, Disyembre 2013   Ikasiyam na limbag, Hulyo 2014
Ikaapat na limbag, Pebrero 2014   Ikasampung limbag, Oktubre 2014
Ikalimang limbag, Marso 2014   Ikalabing-isang limbag, Marso 2015
Ikaanim na limbag, Abril 2014

Disenyo ng aklat nina Jeya Bersales (pabalat) at Joshene Bersales (panloob)
Mga guhit ni Janella Cacdac-Siena

The National Library of the Philippines

    Recommended entry:

        Capili, Noreen
            Parang kayo pero hindi / by Noreen Capili.--
        Mandaluyong City : Anvil Pub., c2013.

            p. ; cm.

        ISBN 978-971-27-2848-8

            1. Humorous stories, Filipino. 2. Filipino wit and humor.
        I. Title.

        PN6222.P5   899.2117   2013   P320130731

Inilimbag sa Pilipinas

20   19   18   17   16   15   14   13   12   11

Para sa tatay ko.
Sana makakuha ka ng kopya nito diyan sa langit . . .

DISCLAIMER

Ang mga kuwento sa librong ito ay hango sa totoong buhay.

Pero may mga dinagdag ako, may binawas, may binago,
may inimbento.

Kung makita mo man ang sarili mo rito at napapaisip ka,
puwedeng ikaw nga iyun, pero puwede ring
nagkataon lang . . .

Hangga't hindi mo nababasa ang pangalan mo,
huwag mag-assume!

Dahil may mga kuwento rito na parang totoo,
pero hindi.

NILALAMAN

Random Musings

Huwag Mong Pagsisihan Kung Nasarapan Ka Naman

FOREWORD

There is nothing extraordinary about what Noreen Capili writes about. Except for the fact that it is about the ordinary, the common, the unnoticed and the all-too-familiar. Except for the even bigger fact that she makes us look into what we do not notice, she makes us peep into what we do not perceive as territories of feelings—and go into the minds and hearts of others who we tend to take for granted and even forget.

And that is extraordinary.

That is extraordinary because these writings carry humor with quiet pain. But that's life as we would like to understand it. When you really look hard into everything—from the most convoluted to the pathetically mundane—there is always something funny about them. There is always something so funny about us. There is no need for monumental events to change our lives—because we change each day with every experience gathered, significant or not. We cannot be the same person for more than two days in a row.

That is what Noreen Capili writes about. Like someone seated across your table sharing life with rounds of caffeine. Like someone telling you about the private lives and thoughts of others only to find out that she is actually talking not only about familiars but about you at some point or another in your life. That is the punch in Noreen's writings: She does not believe in the art of grand entrances or dramatic exits. She simply moves quietly among us . . . and tell our stories.

And these stories bring us tears not only out of self-recognition but because when we look back, we realize we lead such funny lives.

There is nothing extraordinary about what Noreen Capili writes about. And this is what makes her words special. She makes no claims about philosophizing or moralizing.

She simply talks about us. The way we were. The way we are. The way that we have become.

And that is extraordinary.

Jose Javier Reyes
Director

1.

IT'S COMPLICATED

The "parang kayo, pero hindi" stage.
Others call it MU or mutual understanding.
Pseudo relationships. Pseudo boyfriends. Flings.
Almost like a relationship, but not quite.
It is a phase where the persons involved are
more than friends, but not quite lovers.

— "Parang Kayo, Pero Hindi"

PARANG KAYO,
pero hindi
★

She is a twenty-four-year-old copywriter. He is an architect. They met and became lovers in college. They broke up last year but remained "friends." They send sweet text messages to each other. He calls her often to make sure she's okay. They still date. They still have sex. They don't see anyone else. It is obvious that they still love each other but when asked about their situation, she doesn't know what the real score is. Even her friends are in the dark. "Parang sila, pero hindi."

She works in a telecom company. He is reviewing for the board exam. They are in the same barkada. They talk on the phone till 4 a.m. He gives her chocolates, flowers, and CDs even when there is no occasion. Their friends suspect something. Bakit sila nagso-solo kapag may overnight inuman? Why does he hold her close on the dance floor? Bakit sila magka-holding hands palagi? Sila kaya?

"He hasn't admitted anything," she rants. "But I let him hug and kiss me. Parang kami, pero hindi."

They work together in an ad agency. After office hours, they would watch a movie, have dinner, and take a stroll in Glorietta. She gave him a DVD set of his favorite TV series for his birthday in exchange for posing as her boyfriend to make an ex jealous. They made out during the company outing in Subic and never talked about it. He said "I love you" once, though she wasn't sure if she heard him correctly because they were both drunk then. One thing she is sure of is her feelings for him. She likes him. And with the things he's doing to her and with her, she's assuming that he likes her, too. There's just one hitch: He has a girlfriend!

She is a twenty-eight-year-old virgin. He's a thirty-five-year-old bachelor. Both mountaineers, they became close during their climbs. After a few dates in expensive restaurants (he always pays the bill), he brings her to his condo where they would make out. They have been doing this for months. She wants to believe that "sila na," but then she's not really sure about it. "We don't talk about it, but it doesn't really matter," she'd tell her friends. "What's important is that I am enjoying this—whatever this is."

PSEUDO RELATIONSHIPS. Almost like a relationship, but not quite.

The "parang kayo, pero hindi" stage. Others call it MU or mutual understanding. Pseudo relationships. Pseudo boyfriends. Flings. Almost like a relationship, but not quite. It is a phase where the persons involved are more than friends, but not quite lovers. Puwedeng may verbal agreement, puwedeng wala. One or both of you may have admitted your feelings, possible din na hindi. You just let your gestures do the talking for you. Walang pormal na ligawan na nangyari. Hindi kayo magdyowa, pero sa kilos ninyo at sa mga sinasabi ninyo, parang kayo, pero hindi.

This kind of "relationship" can happen in different stages for different reasons. It can happen after a break-up. You still love and want to be with each other, but you broke up for a reason. And for reasons that you alone can ever know, ayaw niyo na muna magkabalikan.

It can also happen before a relationship; iyong pareho kayong nakikiramdam. Possible din na ayaw niyo munang magseryoso kaya kunwa-kunwarian lang muna. Testing lang.

Puwede rin na hindi puwedeng maging kayo kasi isa sa inyo—usually the guy—may ka-relasyon na. Kaya habang hindi pa siya nakikipag-break doon sa girl (sabi niya makikipag-break siya soon pero 'di naman niya ginagawa), wala muna kayong relasyon para nga naman hindi siya nangangaliwa dahil "hindi naman kayo."

This pseudo relationship stage, for a time, can be fun—lalo na kung naghahanap ka lang naman ng "kalaro."

Pero huwag ka lang mag-expect na may patutunguhan kayo kasi wala talagang kasiguraduhan.

So, bakit ang daming nagse-settle sa ganitong set-up ganoong hindi naman sigurado kung may patutunguhan?

Iba't ibang dahilan. Puwedeng for fun lang. Puwedeng "buti na iyan kesa wala," or "puwede na iyang pantawid-gutom." Meaning, habang wala pa iyong "the real thing," doon muna sa kunwa-kunwarian.

For those who are not in a serious relationship, you would think that being in a pseudo relationship is better than having no relationship at all. It would be fun if all you are after is that "kilig" feeling.

Aminado naman ako na once upon a time, may mga pseudo relationships din ako. No commitments involved simply because they couldn't commit to me, because they were either committed to someone else, or that they weren't ready to commit.

My rationalization, "Okay na iyun, kesa wala."

Ang habol ko lang naman, iyong "kilig" feeling. Iyong merong nagtatanong kung kumusta araw ko. Iyong merong ka-cuddle sa beach outing. Iyong kapag tumunog ang cellphone, mapapangiti na

MY RATIONALIZATION, "Okay na iyun, kesa wala."

ako dahil alam kong galing sa kanya ang message. Iyong merong laging kasama. Habang wala pa ang "the real thing," puwede na itong pagtiyagaan.

But then I learned that even in a pseudo relationship, the emotions are real. And usually, in this kind of set-up, ang babae lagi ang lugi.

Una, you can't ask him to commit. Since you are not really in a relationship, you can't demand any kind of commitment from your partner. Ano ba kayo? May "K" ka nga ba magpasundo ng hatinggabi? You will always be uncertain about your role in his life. You can't expect him to be always there with you or for you. And if you feel jealous of other girls, you just have to keep it to yourself. Ano ka ba niya para magselos?

> EVEN IN A PSEUDO RELATIONSHIP, *the emotions are real.*

Pangalawa, what if you fall deeply in love with him? You can't be sure that he feels the same way. Baka nag-a-assume ka lang na mahal ka rin niya. Even if you are dying to tell him that you love him, you can't, because you're not sure if he'd like it. Baka mapahiya ka lang. This stage will always make you wonder where you are in the relationship; or if there is a relationship at all.

Pangatlo, what if you become attached too much? What if you have invested all your emotions into the relationship and the man hasn't? What if you remained faithful to him, not entertaining other guys, only to find out that he is seeing other girls?

Isa pang downside ng pseudo relationship is that it is fleeting. When a disagreement sets in, or when one of you turns cold, then that will be the end of it. Unlike in a serious relationship, hindi mo alam kung saan ka lulugar sa isang pseudo relationship. Wala kang pinanghahawakan. Kasi sa pseudo relationship, there is no "us." Meron lang "you and me," pero walang "us."

Buti sana kung pseudo pain din lang ang mararanasan mo. Kaso, hindi eh. Real pain. And usually, kahit tapos na ang pseudo relationship, hindi mo maiwasan na umasang one day, may karugtong pa rin 'yun. And you will be miserable, hoping to bring back what you used to have. Then you will find out eventually that the guy is now in a pseudo relationship with somebody else.

Ang hirap, ano? You agreed to this kind of set-up for fun and then you'd end up hurting yourself in the process.

Pero puwede naman maiwasan ang pain, eh. Puwede

naman na hindi mo muna isipin ang future, and just enjoy the feeling without thinking of the consequences.

But if you are certain that you are going to hurt yourself in the process, kailangan mo mamili. You can be happy and live the moment without worrying what would happen next. Or you can stop settling with pseudo relationships and wait for the "real thing."

When I was younger, I was in a pseudo relationship with an unavailable guy. A friend then told me, "Sige, kung ayaw mong magpapigil, bahala ka. Magpakasaya ka. Pero huwag kang iiyak-iyak pagkatapos, dahil tatadyakan kita."

ANG HIRAP, ANO? You'd end up hurting yourself in the process.

Ang bottom line lang naman, kung ano ang magpapasaya sa iyo, gawin mo. Ihanda mo lang ang sarili mo sa consequences. Dahil ang "parang kayo, pero hindi" stage ay bihirang nagiging totoo. Usually, hanggang doon lang siya . . . almost, but not quite.

THIRD
wheel

★

Ihave no qualms being the "third wheel." Sanay na ako. Ilang beses din akong naging third wheel sa mga lakad ng kaibigan ko at ng boyfriend niya. Naging chaperone ako ng ate ko sa date nila ng manliligaw niya. Nag-third wheel pa nga ako sa anniversary date ng kaibigan kong mag-asawa. But why do I feel this way tonight? Third wheel na naman ako, but it feels weird sitting here, trying to enjoy my Bacon Cheeseburger, and not minding the disturbing fact that just across the table, eh sinusubuan ka niya ng Frosty. Ang tindi ko rin, ano? Ang galing ko magtago. Sa dinami-daming beses na naging third wheel ako, ito na yata ang pinaka-awkward . . . at pinakamasakit.

Hindi ko naman inaasahan na kasama mo siya. Ang akala ko tayo lang. Ang tanga ko naman. Hindi ko naisip na siyempre, girlfriend mo iyon—natural, kasama mo siya. Kung puwede nga lang ako magpaalam at sumibat na, eh. Kaya lang, baka obvious.

Pero 'di ba, obvious naman? Hindi mo pa ba alam? Hindi mo ba nahahalata? Wala akong sinasabi o inaamin sa iyo, pero siguro naman nararamdaman mo na may gusto ako sa iyo. Bibigyan ba naman kita ng *Harry Potter* book set noong birthday mo dahil wala lang? Ang mahal noon, ha! Hardbound pa! Hindi naman ako nagbibigay ng ganoon ka-mahal sa mga kaibigan ko lang. At hindi ba, kahit may ibang lakad ako, kapag tinawagan mo ako at naghahanap ka ng kasama habang hinihintay ang girlfriend mong nag-o-overtime, sumasama agad ako sa iyo? Tinatabla ko ang mga kaibigan ko.

Siguro nga, nahahalata mong may gusto ako sa iyo kaya nakikipaglandian ka sa akin. Ilang beses na rin tayong lumabas.

Madalas, may iba tayong kasama, pero minsan tayong dalawa lang. Tingnan mo nga naman, dito pa tayo kumakain ngayon sa lugar kung saan tayo nag-date last year.

Ay! Hindi nga pala date 'yun. *Nagpasama* ka lang sa aking bumili ng regalo tapos kumain tayo rito. Ito rin ang inorder ko. Ang kaibahan nga lang, wala siya noon. Tayong dalawa lang 'yun. Ang saya-saya ko noon. Iyon kasi ang unang beses na lumabas tayo na hindi kasama ang tropa. At kahit na nilakad natin mula Building A hanggang Building B, tapos balik sa Building A ay okay lang sa akin. Kasama kasi kita.

Ang dami natin napagkuwentuhan. Ang dami kong nalaman tungkol sa iyo. Iyon din ang unang beses na binanggit mo siya, at nagkuwento ka tungkol sa kanya.

Sa simula pa lang, alam ko na ang tungkol sa kanya; pero, nagpumilit pa rin ako. Umasa ako na one day, biglang magbago ang ihip ng hangin. Ang laki kong tanga. Heto nga o, kasama ko pa kayong dalawa. Masokista lang siguro ako—gustong-gusto na sinasaktan ang sarili. Hindi lang masokista, ipokrita pa. Heto ako, nagpupumilit ngumiti at makipagbiruan sa inyo habang nagpi-PDA kayo sa harap ko.

Pagkatapos natin kumain, humingi ako ng yosi sa iyo. Ubos na ang yosi mo. Tinanong mo siya kung may yosi pa siya. Binigay niya sa akin ang last yosi niya.

Napaisip tuloy ako. Ang generous naman niya. Last yosi na niya, binigay pa niya sa akin. Ikaw kaya, kapag hiningi kaya kita sa kanya, ibibigay ka ba niya?

MALL
of Asia

★

They went to Mall of Asia the morning after they had sex for the first time.

It wasn't their first time to spend the night together, but lots of firsts certainly took place that day—their first kiss and their first make-out session, which eventually led to sexual encounter.

Everything went too fast. All she could remember was that they were about to sleep when he wrapped his arms around her. She snuggled up to him as her hand rested on his back. They were doing this for months: sleeping together and wrapped in each other's arms. But that night was different. When she heard his deep breaths and felt him trace his fingers on her back, she knew that night would be different.

She couldn't remember exactly what happened next. She just found herself kissing him as his hands explored her body. That night, everything that was wrong felt so right for her. When he finally asked if he could enter, she didn't have any hesitations.

Neither one of them talked about what happened when they woke up that morning. She was the first one to get up. She fumbled with the sheets to look for her panties. She glimpsed at the naked person sleeping on her bed as she put on her clothes.

Minutes after, he got up and asked her, "Sa'n mo tinapon ang briefs ko?" He joked about as they both searched for the elusive briefs. She found them under her bed and he snatched it from her. He saw the stains on her sheets and teased her about it. Everything seemed so casual.

They went out to have goto for breakfast. With nothing else to do, nowhere to go, and a full day to spare, they decided to go to the Mall of Asia.

The Mall just opened three weekends ago and they wanted to find out what the fuss was all about. They walked aimlessly around the mall, lost in the throng of strangers. She wore *pambahay* clothes and slippers. He wore the same clothes as the day before.

LOTS OF FIRSTS *took place that day.*

They checked the IMAX theater. *Superman Returns* will show in two weeks and the attendants were already accepting reservations.

"Nood tayo ng *Superman* sa IMAX," he said.

"Mahal eh, 350."

"Sige na, just for the experience."

"Sige," she conceded.

(A few weeks later, they would each watch *Superman Returns* separately. She would pay 350 pesos to watch it in Gateway Mall while he would watch it in Glorietta with someone else. She wouldn't bother to ask.)

They went on with their aimless stroll in the mall until he invited her to have coffee in Starbucks. With his Coffee Jelly Frappuccino and her Mocha Frappuccino, they watched people from the glass wall, and talked about the weather. Nobody dared to mention what happened the previous night.

In the mall, he put his hand on her shoulder, she clung onto his arm. They never held hands. When they got tired of walking, they went back to her place to sleep. They ordered KFC for dinner, watched random shows on cable until he decided that it was time for him to go home.

As she walked him to the door, he gave a perfunctory "Una na ako" and left. There were no tender goodbyes, not even a kiss on the cheek.

What happened to them the day after they had sex for the first time was hardly romantic. Why would she expect romance? Sex between friends is never romantic.

★

People she knew who had been to the Mall of Asia have varied reactions. Some were impressed: Nando'n na ang lahat ng stores mapa-high end or jologs, ang romantic ng view sa Manila Bay, at ang galing ng IMAX na parang kasama ka sa pelikula. Others were disappointed: Ang daming tao, hindi covered iyong nasa gilid kaya ang init, at ang layo.

However, when they asked her what she thought of the mall, she had no opinion. Although she saw the enormous skating rink, the scenic view of the bay, and the tram, these were insignificant details. She couldn't remember anything except that it was where they went the morning after they had sex for the first time.

SEX BETWEEN FRIENDS
is never romantic.

She never returned to the Mall of Asia.

HINDI
ako sanay

★

Hindi ako sanay sa kompanyang maraming empleyado. Kaya noong first day ko sa company natin, we didn't have a good start. Dahil sa marami tayo sa department, dalawang empleyado ang nagshe-share ng work station at ng cabinet. Noong unang araw ko, tinanong mo ako kung nakita ko iyong USB drive mo. Narinig pa kitang nagmamaktol dahil ang sabi mo, pinatong mo lang sa lamesa iyong USB drive. Parang nag-aakusa ka at gusto kitang batuhin ng gamit ko para malaman mo na hindi ko ninenok ang USB drive mo.

Hindi ako sanay maging organized. Kaya lagi mo akong pinagsasabihan kapag nakakalat ang gamit ko sa work station natin. Naiinis ako sa iyo noon kasi napakaarte mo; kulang na lang ay maglagay ka ng demarcation line para alam ko kung hanggang saan lang puwedeng makaabot iyong mga gamit ko. Lagi tuloy tayong nag-aaway at nagtatalo dahil sa pagiging O-C mo at sa pagiging burara ko.

Hindi ako sanay na nakikipag-usap sa iyo nang hindi tumataas ang tono ko, kaya noong niyaya mo akong mag-kape, medyo hesitant ako. Pero sumama na rin ako dahil masyadong mabagal iyong PC na ginagamit ko at kailangan muna yatang magpahinga para mapakinabangan ulit. Doon lang tayo sa Mister Donut sa labas ng opisina. Over coffee and donuts, nagkakakuwentuhan tayo. Okay ka naman pala, eh. Marunong ka pala magpatawa at may tinatago kang kulit.

Mula nga noon, lagi na tayong sabay magkape tuwing alastres ng hapon. Tapos, kapag may chance, sabay na rin tayong nagla-lunch, kasama iyong ibang officemates natin.

Napansin ko na lang na naging conscious na ako magligpit ng gamit. Naka-file na ang mga manuscript na binabasa ko at hindi na naglalakwatsa ang ballpen at mug ko sa puwesto mo. Noong minsang sinipag ako, inayos ko pa iyong cabinet natin. Sa sobrang tuwa mo nga noon, nilibre mo ako ng squid balls at Sprite doon kay Manong sa labas ng opisina.

Napansin ko rin na excited na akong pumasok araw-araw sa opisina. Hindi ako sanay kasi tamad akong gumising at madalas akong bad trip sa traffic sa EDSA. Pero ewan, parang okay lang sa aking ma-trapik kasi alam ko, makikita kita. Ilang oras na mas maaga ang shift ko kaysa sa iyo, pero okay lang kasi iyong oras ng pagdating mo ang isang bagay na nilo-look forward ko kapag nasa opisina ako. Kapag oras na ng pagpasok mo, aabangan na kita. Sa tuwing nagbubukas ang pinto, napapatingin ako sa mga bagong dating. Sa iyo ko lang naramdaman 'yung nagliliwanag ang buong department kapag dumarating ka at nakikita ko ang magulo mong buhok. Every time na pumapasok ka, makikita mo akong nakatingin sa iyo. At pareho tayong mangingiti habang dahan-dahan kang lumalapit sa work station natin.

> EVERY TIME NA PUMAPASOK KA, *makikita mo akong nakatingin sa iyo.*

Natatandaan ko isang beses, pareho tayong may nira-rush sa office kaya nag-stay pa tayo. Kaunti na lang ang tao sa department. Nagshe-share tayo sa iisang iPod habang nag-e-edit ng kanya-kanyang manuscript. "Is It Okay If I Call You Mine?" ang tugtog noon nang parehas na bigla mong tinanggal 'yung earphone sa isa mong tenga. Tumingin ka sa akin at sinabing, "There's something I need to tell you . . ."

Tumigil ako sa pagbabasa at tinanggal ko na rin ang earphone ko. "Ano 'yun?" sabay tingin sa iyo. Biglang kumabog ang dibdib ko.

★

Hindi ako sanay na inaalagaan at nilalambing. Hindi ako sanay na tinatanong kung kumain na ako o kung okay lang ako. Iyong kapag busy ako sa harap ng PC ay magugulat na lang ako na binilhan ako ng merienda. Hindi ako sanay na may nagmamalasakit sa akin.

Iyong minsang bad trip na bad trip ako, dinala mo ako sa Mini Stop na malapit sa office at binilhan ng ice cream— "Pampalamig-ulo," ang sabi mo. Iyong nag-crash ang PC ko at umiyak ako dahil nandoon lahat ng files ko, hindi mo ako tinigilan sa pag-comfort hanggang sa maging okay na ako.

Hindi ako sanay na pinagpapasensiyahan at pinagbibigyan. Iyong kahit na makulit ako at matigas ang ulo ko, nakakayanan mo pa akong pakisamahan. Nandiyan ka pa rin para sa akin kapag may kailangan ako kahit na madalas ay naaabuso na kita. Naaalala mo iyong sinamahan mo akong mag-Christmas shopping sa Greenhills? Ilang bag nga ba ang binitbit mo noon para sa akin?

Hindi ako sanay na may naghahatid sa akin kasi nasanay akong umuwi mag-isa kahit dis-oras na ng gabi. Hindi rin ako sanay na may tatawag sa bahay para malaman kung nakauwi na ako, or kung paano ako nakauwi kapag hindi tayo magkasama.

Hindi ako sanay na tinatakbuhan ng ibang tao. Tulad noong minsan na sobrang depressed ka ng alas-tres ng madaling araw, ako ang una mong tinawagan para makausap. Hanggang alas-sais ng umaga, magkausap tayo sa telepono. Kahit antok na antok na ako, hindi pa rin kita pinabayaan.

HINDI AKO SANAY *pero dahil sa iyo, nasanay na ako.*

Hindi ako sanay pero dahil sa iyo, nasanay na ako. Ang sarap pala ng inaalagaan at tinuturing na prinsesa. Ang sarap pala kung alam mong may isang tao kang malalapitan kapag kailangan mo. Kaya sobrang nalungkot ako noong sinabi mo na magre-resign ka na sa kompanya.

Hindi ako sanay makaranas ng eksenang pampelikula pero noong last day mo sa office, naranasan ko ito. Nasa labas tayo ng office at nag-aabang ng taxi. Sobrang lungkot ko kasi naisip ko na iyon na ang huling araw natin na magkasama. Napalingon ako sa iyo at na-realize ko na your face was just inches away from mine. Nagtama mga mata natin. At parang may magnet ang mga mukha natin na dahan-dahan na nagkalapit. Pumikit na ako noon at hinanda ang sarili sa susunod na mangyari. Naka-slow-mo yata ang buong paligid noon.

★

Hindi ako sanay na pinipigilan ang feelings ko. Ako kasi, kapag mahal ko ang isang tao, pinapaalam ko. Pero sa iyo, hindi ko maamin. Dinadaan ko na lang sa biro.

Hindi ako sanay na naglilihim sa mga kaibigan ko. Pero may mga bagay na hindi ko kinukuwento sa kanila dahil baka i-disown nila ako kapag nalaman nila.

Pero teka, wala naman akong ginagawang masama, ah. Ano ba tayo? Friends lang naman tayo, 'di ba? Kasi hindi puwedeng maging more-than-friends. Dahil doon sa isang bagay na inamin mo sa akin noong minsang nag-share tayo ng iPod at ang tugtog ay "Is It Okay If I Call You Mine?"

"There's something I need to tell you . . ."

"Ano 'yun?"

"Atin-atin lang ito, ha? Walang may ibang alam dito sa opisina."

"Ano nga 'yun?"

"I'm secretly married. Naka-petition kasi siya kaya hindi pa siya puwedeng mag-asawa. Pero kasal na kami. Hindi nga lang alam ng mga family namin. Ikaw lang sinabihan ko niyan . . ."

★

i love you, baby. gud nyt.

Text galing sa iyo. Alas-dose na iyon ng hatinggabi at patulog na ako. Pero dahil sa text mo, natanggal ang antok ko.

Ang tagal kong tinitigan ang text mo at biglang nanumbalik ang lahat-lahat, mula noong unang araw ko sa opisina, hanggang doon sa huling araw natin na magkasama.

Inedit ko ang text at binalik sa iyo.

u sent me dis: i love you, baby. gud nyt. nagkamali ka ng send. send mo uli sa kanya.

Hindi ko alam kung missent lang at para talaga sa wife mo 'yun. Walong letra ang pagitan ng mga initials namin kaya malabong nagkamali ka lang ng pindot. Para sa akin ba 'yun? Sinadya mo ba 'yun? Kung anuman, hindi na mahalaga. Isang malaking pagkakamali kapag pinatulan ko pa.

Hindi ka na nag-text mula noon. Hindi na rin tayo nagkitang muli. Pero okay lang, masasanay din ako na wala ka . . .

KAPE, YOSI,
sisig at ikaw

★

KAPE

We *started over coffee*, sabi ng isang kanta. At doon nga tayo nagsimula—sa kape. Niyaya mo akong mag-kape isang hapon. Over Cappuccino, nagkuwentuhan tayo. Kung anu-ano lang. Mababaw. Malalim. May kuwenta. Wala. Hindi pa ubos ang kape ko, pero sinabi ko na kailangan ko nang umalis. Alam mo bang gumawa lang ako ng excuse para madala ko iyong cup ng tall Cappuccino kung saan nakasulat ang pangalan mo? Kasi, itatago ko siya, bilang memento ng una nating pagkakape. Pakiramdam ko kasi, magiging significant sa buhay ko ang araw na iyon.

Hindi nga ako nagkamali.

Nasundan pa ng maraming beses ang pagkakape natin. Hindi ko na nga mabilang sa dami. Madalas, kahit nakapagkape na ako, kapag nagyaya kang mag-Starbucks, papayag agad ako. Kaya may mga araw na napaparami ako ng kape. Mga araw na hyper ako at walang kapaguran. Mga araw na hindi ako puwedeng gulatin dahil baka atake sa puso ang aabutin ko. Mga araw na parang may kabayong tumatakbo sa dibdib ko, although baka dahil lang din 'yun sa presensiya mo. May mga gabing hindi ako makatulog dahil nasobrahan ako sa kape, at nasobrahan sa iyo.

> MAY MGA GABING HINDI AKO MAKATULOG *dahil nasobrahan ako sa iyo.*

SISIG

Pork sisig ang inorder ko the first time we had lunch together. At unang beses pa lang kitang nakasama, nasaksihan ko na kung paano ka mag-alaga. Marami na akong nakasabay na mag-lunch pero sa iyo, doon ko lang ulit naramdaman na inaasikaso at pinagsisilbihan ako. Saka, kahit na maraming tao doon sa restaurant na pinagkainan natin, parang tayong dalawa lang ang nandoon. Hindi ko na mabilang kung ilang beses ako umorder ng sisig tuwing magkasama tayo. Sisig sa lunch, sisig sa dinner, sisig din ang pulutan kapag nag-iinuman tayo. Sisig nga rin ang hinanda ko noong unang beses kitang pinagluto, 'di ba?

Marami na akong natikman na sisig, pero iyong unang beses na nag-lunch tayo, 'yun na yata ang pinakamasarap na sisig na natikman ko.

YOSI

Matagal ko na tinigil ang yosi pero noong makita kitang magyosi noong nag-kape tayo, humingi ako sa iyo. Ang sarap kasi pagsabayin ang yosi at kape. They complement each other.

Kaya sa tuwing magkasama nga tayo, napapayosi na rin ako. At hindi ko na namalayan, bumabalik na naman ako sa addiction ko sa sigarilyo.

Naalala mo iyong isang beses na naiwan mo ang yosi mo sa bahay? Dinala ko ang yosi mo sa opisina. Nagulat ang mga officemates ko noong nakita nilang may isang kaha ako ng yosi. Bakit daw ako nagyoyosi ulit? Sinabi ko na yosi mo 'yun; inuubos ko lang kasi sayang.

Humirit iyong isa, "Hindi ko yata gusto 'yang lalaking iyan para sa iyo . . . He's bad for your health."

Hindi ako nakasagot.

Ikaw

Parang eksena sa pelikula kung paano tayo pinagtagpo ng tadhana. Nakakatawa nga, eh. Nagbabasa ako ng librong may pamagat na *When God Writes Your Love Story* sa airport habang may nakasaksak na earphones sa tenga ko. Pagtingala ko, nakita kitang dumaan sa harap ko. Nagkatinginan tayo ng ilang segundo, pero nilampasan mo lang ako at patuloy ka sa paglakad mo. Ilang hakbang na ang layo mo noong lumingon ka sa akin. Ngumiti ako sa iyo at nilapitan mo ako. Doon na nagsimula ang lahat.

Dumating ka sa buhay ko nang hindi ko inaasahan. Pero sa pagdating mo, kasabay noon ang pagbago ng mundo ko. Sa kabila ng pagiging abala ko sa maraming bagay, pagdating sa iyo, nasisira lahat ng plano ko. Hindi ko na napapansin ang oras kapag magkasama tayo. At napupuna ko na lang, lagi na kitang hinahahap. Parang hindi kumpleto ang araw ko kapag hindi kita nakikita. At kahit na lagi kitang nakakasama, mawala ka lang sandali sa tabi ko, miss na agad kita.

Lahat na ng kabaduyan, pumapasok sa isip ko kapag naaalala kita.

Mahal na nga yata kita.

Kahit hindi tama.

★

How can something so wrong feel so right? Iyan ang tanong ko noong minsang patulog na ako at nakayakap ka sa akin. Mali ito, oo. Pero bakit parang ang sarap-sarap matulog at magising na kayakap ka? It felt so good and it seemed right . . .

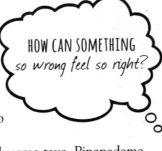

HOW CAN SOMETHING *so wrong feel so right?*

Oo, masaya tayo kapag magkasama tayo. Pinapadama mo naman sa akin na mahalaga ako sa iyo. Dalawang beses mo na rin sinabing mahal mo ako, pero hindi ko pa rin alam kung hanggang saan tayo makakarating.

AYAW MO NG COMMITMENT, *hindi ba?*

Ayaw mo ng commitment, hindi ba? Malinaw ang usapan natin sa simula pa lang. Sinabi mo kasi, ayaw mo makasakit ng ibang tao. Kaya okay na iyong ganito. Hindi mo nga lang alam, nasasaktan mo na rin ako. Kasi, unti-unti na akong nahuhulog sa iyo, kahit hindi ko alam kung ano ang lugar ko sa buhay mo.

Bakit kasi kailangan pa maging komplikado ang sitwasyon natin?

★

Bakit kaya kahit alam natin na nakasasama sa atin ang isang bagay, tinutuloy pa rin natin? Marami ang may gusto ng sisig, kahit na ito ay "bad for the heart." Nakaka-Cancer ang pagyoyosi, at nakaka-palpitate ang kape, pero na-a-adik pa rin tayo rito. Bakit? Kasi iba ang pakiramdam na nabibigay ng yosi at kape. Iba ang saya na dulot ng pagkain ng sisig. Kaya kahit masama, kahit alam natin na sisingilin tayo ng katawan natin sa panandaliang kaligayahan na iyon, tinutuloy pa rin natin. Kasi sa kasalukuyan, masaya tayo.

Parang ikaw . . . alam ko na hindi ka nakabubuti sa akin. Alam ko na in the long run, masasaktan lang ako sa iyo. Pero bakit habang maaga pa, hindi ako umiiwas? Kasi sa ngayon, napapasaya mo ako. Napupunan mo ang ilang taong pagkukulang sa buhay ko. At pinapadama mo sa akin ang mga bagay na akala ko noon, hindi na darating sa akin.

Ikaw ang sisig, yosi at kape ng buhay ko. Hindi ko maiwas-iwasan, hindi ko kayang tanggihan, kahit na alam ko na iisa lang naman ang patutunguhan nito—sakit sa puso.

THE ONE
that got away

★

Lahat tayo, mayroong the "one that got away."

He or she can be an ex-boyfriend o ex-girlfriend, a former manliligaw or dating niligawan, a person we used to date or got involved with, or someone we had a connection in the past.

Posibleng what we had with this person was something definite. Puwede rin pasimula pa lang. Blossoming. Promising.

Pero dahil sa wrong timing, o wrong decision, o baka dahil sa distance or circumstances, o sa mga tao sa paligid, nahiwalay tayo sa kanila. Maaaring umalis siya at nawala, o tayo ang umalis at nang-iwan; at naudlot na nga o natigil ang posible sanang relationship with this person.

> LAHAT TAYO, mayroong "the one that got away."

Maybe, we were too young then. Or too stupid and made foolish choices. Or maybe, we were expecting they would stay with us longer. Or that they would be patient and try harder. O siguro, iniisip natin na kung nawala man sila, babalik din sila.

Iba't ibang dahilan kung bakit tayo nahiwalay sa taong ito, kung bakit siya nawala. Pero kahit magkakaiba tayo ng karanasan, iisa lang naman ang nararamdaman natin sa tuwing naalala natin sila—panghihinayang. And we are plagued with a question na dadalawang salita lang pero napakahirap sagutin: *What if?*

Napapatanong tayo sa ating sarili: Ano kaya kung hindi kami naghiwalay? Ano kaya kung hindi siya nawala? Ano kaya kung binigyan ko siya ng chance? Ano kaya kung pinatawad ko siya agad? Ano kaya kung hindi na ako nag-inarte noon? Ano kaya kung pinaglaban namin ang isa't isa? Ano kaya?

Bigla kang nakadama ng lungkot. Ng remorse. Ng nostalgia. If you knew then what you know now, sana iba ang takbo ng buhay mo. Sana iba ang naging desisyon mo. Sana kasama mo pa siya ngayon . . .

At madalas, kahit masaya na tayo sa kasalukuyan, kahit na ilang taon naman tayong nabuhay na wala sila, may mga oras na sumasagi sila sa isipan natin at napapatanong tayo. Naku-curious.

> **MAY MGA ORAS** na sumasagi sila sa isipan natin at napapatanong tayo.

Maaring you haven't seen him or her for years, kaya ginoogle o hinanap mo siya sa Facebook. Gusto mo lang malaman kung kumusta na siya. Kung nasaan na kaya siya. Kung masaya ba siya sa buhay niya.

O, puwedeng friend mo siya sa Facebook o fina-follow mo sa Twitter at Instagram. At sa tuwing nakikita mo ang mga posts niya, napapaisip ka ng "what could have been" sa buhay ninyo.

Okay lang naman maging interesado ka sa "the one that got away" mo kung hanggang ngayon ay single ka pa, o single pa siya. Walang masama kung makipag-reconnect ka sa kanya.

Pero kung masaya ka na kasama ang bago mong boyfriend o girlfriend, o asawa mo, what's the point in pining for an old love? At kung masaya na siya sa bago niyang buhay, huwag mo na siyang guluhin pa.

May kaibigan kasi ako. Married na siya at may mga anak na. Pero kahit na ilang taon na siyang kasal, naiisip pa rin niya ang first love niya. Pakiramdam kasi niya, kung hindi siya umalis, baka sila pa ang nagkatuluyan.

Kaya noong unti-unting nagkaroon ng problema sa marriage niya. He searched for his first love sa Facebook. At nakita nga niya! Kahihiwalay lang ng girl sa asawa niya.

Nakatira na sa ibang bansa. They were both thrilled to be reconnected after fifteen years!

Nagsimula sa pa-*like-like* at pa-comment-comment sa Facebook posts. Hanggang sa nagka-chat and eventually, nagtatawagan regularly. And when the girl went back to the Philippines para magbakasyon, nagkita sila.

At ngayon, magkasama na sila.

Kung hopeless romantic ka, nakakakilig ang kuwento nila. Maganda siyang plot ng pelikula. O, puwede siyang ipadala sa programang *Maalaala Mo Kaya*.

Ang tagal nila naghiwalay at ilang taon silang hindi nagkita, tapos sila rin pala ang magkikita sa ending.

Pero ang lungkot lang na may marriage na tuluyang nasira dahil lang sa hinanap pa ng kaibigan ko ang kanyang "the one that got away."

My friend reasoned that his marriage was already on the rocks when he reconnected with his first love. Pero para sa akin, sana he tried harder to make his marriage work, instead of trying to bring the past back.

Ang kuwentong ito yata ang nag-inspire sa isa ko pang kaibigan na hanapin ang kanyang dating crush sa Facebook.

Nagsimula din sa pag-chat-chat. Nagtatawagan na sa phone. Nagbalak na magkita pero nahuli ng asawa niya at nagkagulo ang pamilya nila.

My friend is happily married. Hindi naman niya iiwan ang asawa niya para sa dating crush niya. Pero kapag kausap ko siya, she still talks about the guy from her past at napapatanong pa rin siya: *What if?*

Ano'ng magnet ba kasi meron sa ating mga "the one that got away," at bakit tayo drawn sa kanila?

I have my "the one that got away," too.

Kahit hindi naman siya talaga nawala sa buhay ko, pakiramdam ko, nasayang ko iyong chance namin noon. At noong kinasal siya, ilang gabi ko rin siyang iniyakan. Ilang taon din akong nanghinayang sa kung anuman iyong meron kami noon. Pero kahit malayo kami sa isa't isa, kahit may kanya-kanya na kaming buhay, we were still part of each other's lives.

Sa tuwing nagkaka-boyfriend ako at nagbi-break kami, my "the one that got away" was there to comfort me. Sa akin din siya nagko-confide, tuwing may problema sila ng asawa niya, sa tuwing gusto na niyang hiwalayan ito.

Oo, kahit na married na siya, kahit na hindi ko na dapat iniisip, napapatanong din ako ng "Ano kaya?"

And then after ten years of not seeing each other, nagkita kami ulit.

> **WALANG MALINAW** *na closure.*

At doon ko na-realize, minsan, binabalik ng tadhana ang "the one that got away" mo, hindi para magkatuluyan kayo, kundi para magkaroon kayo ng closure at mag-move on.

Closure. Ito 'yun, eh! Kaya siya naging "the one who got away" kasi walang malinaw na closure. Kung anuman iyong meron kayo, hindi talaga nagsara. Unfinished business. Open-ended. Bitin.

Kung napag-usapan ninyo nang mabuti at naghiwalay kayo nang maayos, hindi siya "the one that got away." Siya lang ang "the one who left" or "the one you left behind."

Kaya ka napapa-*what if*, kasi hindi naman talaga kayo nagtapos nang maayos.

Kaya ang daming tumatakbong "what could have been" sa utak mo kasi you didn't give your all, or you didn't say everything you wanted to say, or may mga tanong ka na walang sagot.

Oo, lahat tayo, merong "the one that got away." Siguro habang binabasa mo ito, naiisip mo siya—ang isang malaking "*what if*" sa buhay mo.

At bigla kang naniwala kay Barry Manilow na baka *somewhere down the road* ay muling mag-krus ang mga landas ninyo. Tapos, kayo din pala sa huli!

Iniisip mo na "puwede pa;" baka kaya hindi nag-work noon kasi hindi pa kayo handa. Baka may second chance pa. Baka puwede pang magkabalikan . . .

Pero hindi porke naiisip mo siya lagi ay mahal mo pa rin siya. Maaring hindi ka lang masaya sa buhay mo ngayon, kaya mo hinahanap ang dating *ikaw* noong mga panahon na kasama mo siya. Parang first love din iyan, eh.

Kapag naiisip mo ang first love mo, mas naaalala mo kung ano ang nararamdaman mo noon, ang sarili mo noong bata ka pa, noong simple lang ang lahat. Maybe you're just missing the person you once were, not the person you fell in love with.

Sadyang makulit lang talaga tayo. Hindi na tayo makuntento sa kung ano'ng meron ngayon at gusto pa natin balikan iyong nakalipas na. Pinapakialaman natin kung ano ang dinikta ng tadhana.

May dahilan kung bakit wala na sila sa buhay natin ngayon. At may dahilan kung bakit iba na ang kasama nila, at iba na ang kasama natin.

At kung pinipilit mo na mahal pa rin ninyo ang isa't isa— na what you had with each other was true love at posibleng may continuation pa ang love story ninyo—sorry, pero hindi ito soap opera o romantic comedy.

It's a sad reality that you have to face and accept: Sa totoong buhay, hindi lahat ng nagmamahalan ay nagkakatuluyan.

> HINDI LAHAT NG NAGMAMAHALAN ay *nagkakatuluyan.*

At iyong "The one that got away" mo, ay maaring "The One" na para sa iba.

KUNWARI LANG:
isang hindi totoong love story

⋆

Nagsimula ang lahat noong gabing nalaman ko na matagal na palang may relasyon ang dalawa nating kaibigan. Pauwi na tayong apat noon galing sa inuman. Nakaupo tayong dalawa sa backseat. Ihahatid niyo na ako dapat sa bahay nang biglang nagkaroon ng tampuhan ang dalawang kasama natin.

Ala-una ng umaga, sa kahabaan ng Tomas Morato, nagwalk out si babae at hinabol siya ni lalake, habang naiwan tayo sa loob ng kotse.

Hindi ko na kailangan tanungin sa iyo kung sila na. Hindi naman ako tanga, eh. Alam ko naman kung ano ang kaibahan ng LQ sa simpleng tampuhan ng magkaibigan.

Habang inaayos nila ang away nila, napa-isip ako. Ano kaya pakiramdam ng secret lovers? Hindi ko pa kasi nararanasan magkaroon ng secret relationship.

Bigla kang nagsalita, "Gusto mong subukan?" I didn't know that I was thinking out loud na pala. Hindi ko agad na-gets iyong sinabi mo. "Gusto mo, kunwari tayo rin? Tapos, secret lang. Hindi natin ipapaalam kahit kanino . . . "

Hindi ako nakasagot agad. Nakatingin lang ako sa iyo. Naghahanap ng clue sa mga mata mo para malaman kung seryoso ka ba o ginagago mo lang ako. Hinawakan mo na ang kamay ko. Wala pa rin akong sagot. Hanggang sa nakabalik na iyong dalawa nating kasama sa kotse, at hindi mo na binitiwan ang kamay ko.

Mula nga noon, naging "tayo" na. Langya, hindi mo man lang ako niligawan! Ni hindi mo nga tinanong kung gusto ko o hindi. Siyempre gusto ko pero sana binigyan mo ako ng pagkakataong magpakipot. Pero andyan na 'yan, eh. Wala na akong magagawa. Saka ayoko na magpaka-ipokrita. Matagal na akong may gusto sa iyo. At matagal ko na ring pinapangarap na maging tayo.

At dahil secret lovers tayo, siyempre walang may alam. Kahit na best friend ko. Kahit iyong ka-share ko sa apartment. Kahit nga mga katrabaho natin. Ang alam lang nila, close tayo. Kasabay magkape at mag-lunch. Ka-yosi. Kasamang maglakad hanggang MRT.

Walang may alam na nagdi-date tayo at hinahatid mo ako sa apartment. Walang may alam na kapag sinabi kong "lunch out," ikaw ang kasama ko at nagkikita na lang tayo sa lobby.

Ang hirap pala ng secret, 'no? Ingat na ingat ang bawat pagkilos. Minsan nagkayayaan ang buong department na magbilyar. Nilalandi ka noong isang kasama natin, nagpapaturo sa iyo kung paano magbilyar. Damuho ka, hindi ka man lang tumanggi, tinuruan mo rin! Kulang na lang, ikiskis niya ang boobs niya sa braso mo. Nabuwiset ako. Pero hindi ko naman siya puwedeng awayin. Hindi naman niya alam na tayo, eh. Nag-walk out na lang ako. Umalis ako sa bilyaran at naglakad-lakad sa labas.

Panay ang text mo sa akin, tinatanong kung nasaan ako. Hindi ako nagre-reply. Tinatawagan mo ako kaya pinatay ko ang cellphone ko. Galit ako, eh. Kung hindi lang nakakahiya sa mga kasama natin, iniwan ko na kayo. Pero bumalik din ako. At alam mong galit ako. Tahimik ako buong gabi.

> ANG HIRAP PALA NG SECRET, 'NO?
> Ingat na ingat ang bawat pagkilos.

Hindi mo ako puwedeng suyuin right there and then, mapapansin tayo. Hindi tayo puwedeng magsolo para mag-usap, magsususpetsa sila. Hindi tayo puwedeng magpahalata. Kailangan natin maging maingat para manatiling wala silang alam.

Ayoko na ng secret. Nakakarating tayo sa SM Fairvew o kaya sa Alabang Town Center para manood ng sine, para siguradong walang makakakita sa atin. Gusto kong maranasang magka-holding hands tayo habang naglalakad; hindi iyong tumitingin sa paligid at baka may makita tayong kakilala. Gusto ko na ikuwento sa mga kaibigan ko ang tungkol sa iyo. Ayoko nang ipagdamot ang cellphone ko kapag nakiki-text sila dahil naka-save doon ang mga sweet messages mo. Ayoko na ng secret.

Pero hindi puwede. Kailangan secret pa rin. Kailangan walang makaalam. Kailangan, illegal. Kasi ikaw, may legal kang girlfriend na kilala ng mga kaibigan natin. May legal kang girlfriend na kasama mo sa lakad ng mga barkada mo, at dinadala mo sa bahay ng magulang mo tuwing Linggo. May legal kang girlfriend na alam ng buong mundo—kaya hindi nila dapat malaman ang tungkol sa atin.

HINDI NILA DAPAT MALAMAN *ang tungkol sa atin.*

Noong isang gabi, nagkasalubong tayo sa Glorietta 4. Kasama ko ang barkada ko, kasama mo ang girlfriend mo. Palabas kayo ng sinehan, papasok naman kami. Noon ko lang kayo nakitang magkasama. Ang sweet niyo nga, eh. Nakaakbay ka sa kanya habang bitbit mo ang bag niyang pula.

Sa loob ng sinehan, naiyak na lang ako. Iyak ako nang iyak. Nawirduhan nga iyong kasama ko kasi umiiyak ako, eh, comedy iyong pinapanood namin. Na-realize ko lang kasi na wala namang patutunguhan ang relasyon na ito. Hindi mo naman iiwan ang girlfriend mo para sa akin. Alam ko naman na mahal na mahal mo siya. Hindi ko lang alam kung bakit mo siya niloloko . . . kung bakit natin siya niloloko.

Noong gabing iyon, bago matulog, tinext kita.

Itigil na natin ito. Ayoko na ng ganitong set-up.
    Anong gusto mo mangyari?
Hindi ko alam . . . Basta ang alam ko, ayoko na ng ganito . . .
    Gusto mo na ba akong i-break?

Hindi ako nakasagot agad. Hindi ko kasi alam kung ano ang sasabihin ko. Gusto nga ba kitang i-break? Teka... break? Hindi ba kunwari lang naman ang lahat? Kunwari boyfriend kita? Kunwari may relasyon tayo? Kunwari mahal mo ako?

IYONG FEELINGS KO SA IYO, hindi kunwari 'yun.

Pero iyong feelings ko sa iyo, hindi kunwari 'yun. Totoo 'yun. Kaya nga nag-decide na ako na itigil na ang pagkukunwari kasi nagiging totoo na ang lahat para sa akin.

Nakakatawa naman iyon. Naging tayo at naghiwalay tayo nang walang may alam. Walang witness. Walang ebidensiya. Parang walang nangyari. Parang nangyari lang ang lahat sa imagination ng isa sa atin. Puwedeng i-deny. Puwedeng ipagkaila.

Mabuti na rin ito. Kunwari, hindi ako naging tanga . . .

ANVIL PLUS

(o Q&A portion para kay Noringai)

★

1. PANGARAP MO BA TALAGANG MAGING WRITER?

Bata pa lang ako, mahilig na ako magsulat pero hindi ko inisip na ito ang magiging trabaho ko balang araw. It was just a hobby for me. Now it has become my life.

2. NAGSUSULAT KA BA ARAW-ARAW?

Yes. Noong high school at college, sa diary. Noong grumaduate ng college, sa blog. At ngayon, sa trabaho, halos araw-araw ako nagsusulat.

☆☆☆

2.

FOOD FOR THOUGHT

Lesson 2:
Kapag marami ka nang difficult levels na nalampasan,
iyong dating akala mong mahirap, madali na lang pala.

– "Seven Lessons I Learned
from Playing Candy Crush"

KUWENTONG
jelly beans
✦

Hindi ako mahilig sa jelly beans. Pero nung dumating yung jelly beans galing sa sister ng roommate ko, naintriga ako. Isang malaking garapon ng jelly beans na siguro ay mga 1,000 ang laman at may forty-nine flavors.

Hinanap ko agad 'yung chocolate pudding na flavor na nakalagay sa listahan. Lahat ng kulay brown, kinuha ko. Pero hindi chocolate ang lasa ng jelly beans na kinain ko. May coffee, may plum, may licorice, may root beer . . . ngunit walang chocolate.

Sa kahahanap ng chocolate flavor, hindi ko napapansin ang ibang forty-eight flavors na nasa garapon.

At na-realize ko, ikaw ang the-elusive-chocolate-pudding-flavor-na-jelly-bean sa buhay ko.

Na-obsess ako sa lahat ng kulay brown na jelly beans. Iyong roommate ko, na-explore na 'yung ibang flavors; may bubblegum flavor, may piña colada, may peanut butter, may sizzling cinnamon, may caramel popcorn. Lahat 'yun, nasarapan siya.

Ako, hindi ko pinapansin ang ibang jelly beans. Nakatuon ang pansin ko sa brown jelly beans.

Parang ikaw. Sa kahahabol sa iyo, hindi ko na napansin ang ibang lalaki sa paligid ko. Masyado akong naka-focus sa 'yo, kaya napapalampas ko na ang mga matitinong lalaki na nagpapakita ng interes sa akin.

Parang 'yung ibang flavors ng jelly beans na hindi ko natikman dahil ang gusto ko talaga, eh, 'yung chocolate pudding.

Iyong roommate ko, natikman na n'ya ang chocolate pudding na jelly bean. Ang suwerte naman niya, natikman niya agad ang flavor na gusto ko. Hindi niya hinahangad, 'yun pa ang napunta sa kanya.

Sabi niya, hindi naman daw masarap 'yung chocolate pudding na jelly bean. Ordinaryo lang ang lasa. Hindi tulad nung mga favorite niyang flavor. Pinatikim niya sa akin 'yung toasted marshmallow saka 'yung strawberry cheesecake, masarap naman. Pero, 'yung chocolate pudding talaga gusto ko, eh.

Gano'n yata talaga 'yun. Mas gusto natin 'yung hindi natin nakukuha.

Nung finally natikman ko ang chocolate pudding na jelly bean, napasigaw ako. At last, nakuha ko rin ang gusto ko.

Pero, nung ninamnam ko ang lasa, hindi nga siya masarap. Hindi siya gano'n ka-fabulous. Parang ordinaryong chocolate lang na pinalambot. Pero ang saya nung feeling na finally, nakuha ko rin 'yun.

Matapos akong mapurga sa licorice at root beer flavors.

Hindi ko pa natitikman ang lahat ng forty-nine flavors na jelly beans sa garapon. Nangangalahati na ang laman pero chocolate pa rin ang hinahanap ko kapag binubuksan ko ang takip. Fixated pa rin ako sa mga kulay brown na beans, kahit na mas appealing ang pink, violet, at blue.

Madalas, ibang flavor ang nakukuha ko, pero kapag sinuswerte, nahahagilap ko rin ang chocolate pudding.

Oo, hindi worth the bother ang paghahanap sa chocolate pudding. Hindi worth it ang paghahabol ko sa 'yo. Ordinaryo ka lang naman. Marami pang hihigit sa 'yo.

May mga blueberry, o cotton candy, o strawberry daiquiri flavors na lalaki sa paligid ko pero hindi ko pinapapansin.

Pero bakit kapag kakain ako ng jelly beans, chocolate pudding pa rin ang hinahanap ko? Bakit kahit na marami naman lalaki diyan, ikaw pa rin ang gusto ko?

Hay, siguro dahil sa nakasanayan ko na.

PAANO KA
kumain ng manok?

✦

Ang fried chicken ay comfort food para sa 'kin. Kapag down-in-the-dumps ang drama ko, isa sa maaaring magpasaya sa akin ay ang Hot and Crispy ng KFC. Kaya kong kumain ng KFC three times a day, seven times a week.

May mga kakilala rin ako na comfort food din nila ang manok; either KFC or Jollibee Chickenjoy, o kahit 'yung manok ng Mini Stop.

Dati, iniisip ko kung ano'ng meron ang manok na nagpapasaya sa mga tao. At na-realize ko, it must be the balat.

Ang balat ng manok ay ang pinakapaborito ng halos lahat ng tao. Wala pa akong nakikilalang ayaw sa balat ng fried chicken.

Napansin ko lang na makikita ang iba't ibang personalidad ng tao sa pamamaraan ng pagkain ng balat ng fried chicken.

May kumakain na hinuhulí ang balat. Sila iyong mga taong dine-delay ang gratification o kaya 'yung sine-save the best for last ang drama. May iba na ayaw itong isabay sa kanin kaya pinapahulí. Para raw ma-feel talaga ang lasa.

Meron namang inuunti-unti ang pagkain. Isang kagat ng laman, isang pingot sa malutong na balat, at isang subo ng kanin. Ito 'yung mga taong marunong bumalanse. 'Yung ayaw nilang maubos agad ang balat, ayaw naman nilang ihuli ito.

Meron naman na balat ang unang pinapapak. 'Yung mga hindi makapaghintay. 'Yung mga gusto ay sa umpisa pa lang, masa-satisfy na sila sa kinakain nila.

Ako kasi, inuuna ko talaga ang balat, eh. Oo, mainipin ako. Hindi uso sa akin 'yung save the best for last. Gusto ko, instant gratification.

Kaya lang, minsan, hindi rin maganda 'yun. Kasi, ang bilis ding mawala. Hindi tulad nung mga naghihintay. Iyon ang huli nilang makakain—mas lasting ang effect noon for them.

Pero hindi rin maganda 'yung delaying gratification.

Naalala ko tuloy 'yung kuwento ng isang dormmate ko noong college. Siya 'yung taong hinuhulí ang pagkain ng balat. Iyong uubusin na muna niya ang buong manok, puwera ang balat. Save the best for last, 'ika nga.

One time, kumakain silang mag-anak. So, ganoon ulit ang style niya. Itinatabi ang balat ng manok sa gilid ng plato para malalantakan niya later. Eh, itong lola niya napansin ang ginagawa niya at sinabing, "Ay, di ka ba kumakain ng balat? Sayang."

Bago pa siya nakapagsalita ay nakuha na ng lola niya ang balat at naisubo. Wala na siyang nagawa.

Hindi rin pala maganda 'yung delaying gratification kasi baka hindi mo na mapakinabangan at maunahan ka ng iba.

Mula noon, hindi na yata niya hinuhuli ang balat ng manok. Hinahati na lang niya. Kakaunting balat muna, tapos ise-save iyong natira for later. At least, may nakain na siya.

Ikaw, paano ka kumain ng manok? Isa ka ba sa mga hinuhulí ito o isa ka sa mga atat na umpisa pa lang, ubos na ang balat?

SEVEN LESSONS I LEARNED
from playing Candy Crush

Wala na akong life.

Literal na life, kung pag-uusapan ang life sa nakakaadik na larong Candy Crush. Figurative na life dahil sa tatlong buwan na paglalaro ko nito, sa Candy Crush na umikot ang mundo ko.

Wala na akong life.

Nasa Baguio ako para sa Panagbenga Festival, nagke-Candy Crush ako. Sa Araw ng Davao noong March, nagke-Candy Crush ako. Buong Holy Week, sa halip na magtika at mag-Visita Iglesia, nasa bahay lang ako, nagke-Candy Crush!

Kahit kasama ko ang mga kaibigan na bihira kong makita, nagke-Candy Crush ako. At kahit na may deadline ako at nagsusulat ng script para sa drama series, sa tuwing nakakatapos ako ng isang eksena, nagke-Candy Crush ako.

I am sure hindi ako nag-iisa. Marami tayong adik sa larong Candy Crush.

Pero kapalit ng tatlong buwang kaadikan ko (February hanggang May, kung saan natapos ko ang level 350 at sinabi ko sa sarili ko na "That's it! I'm done!"), masasabi ko na marami naman akong natutunan habang nagki-clear ng jelly, nagba-blast ng chocolate, at nagbi-bring down ng apples at cherries.

Sa maniwala ka't sa hindi, some of life's lessons can be learned from playing this game. Thus, I came up with my own list of Lessons Learned from Candy Crush.

Lesson 1: Ang Level 98 ng Candy Crush ay parang break-up sa taong mahal mo. Ang hirap mag-move on.

Sa ilang buwan kong paglalaro, dito lang talaga ako nahirapan nang husto—Level 98. Kaya napa-tweet ako noong February na ang hirap mag-move on sa Level 98. Ilang araw akong stuck sa level na 'yun!

> HINDI BA PARANG HEARTACHE LANG?
> *Hindi ka maka-move on.*

Hindi ba parang heartache lang? Iyong kabe-break niyo lang ng dyowa mo, pero hindi ka maka-usad. Hindi ka maka-move on.

Akala mo, okay ka na . . . Akala mo, kaya mo na . . . Pero one wrong move, and that's the end of it. Akala mo, puwede pa. Akala mo, kaya pang habulin. Pero iyong candy na may time bomb, nalayo na sa ibang kakulay niya. Sasabog ka. Talo ka na. At stuck ka na naman.

Parang nararamdaman lang ng mga taong mahal pa ang mga ex nila . . .

Habang sinusulat ko ito, binalikan ko ang Level 98. Surprisingly, isang subok lang, natapos ko siya. Nakapag-combine pa ako ng color bomb sa striped candy.

Siguro kasi noong binalikan ko ang Level 98, nasa Level 340-something na ako. Marami na akong na-encounter na mas challenging na level, which brings me to my second lesson.

Lesson 2: Kapag marami ka nang difficult levels na nalampasan, iyong dating akala mong mahirap, madali na lang pala.

Cliché man pero totoo: Experience is the best teacher. Kung ang dami mo nang levels na nalaro at natapos mo 'yung akala mong imposibleng matapos, maning-mani na lang sa iyo ang Level 98. Kasi galing ka na diyan, eh. Pinagdaanan mo na iyan. You know better. Alam mo na kung ano'ng diskarte ang gagawin.

Kaya kapag nasa mahirap kang sitwasyon ngayon sa buhay, huwag mawalan ng pag-asa. Isipin mo na lang, kapag nalampasan mo iyan, alam mo na kung ano ang gagawin mo sa susunod.

Dahil sa mga pinagdadaanan mo, doon ka natututo ng tamang diskarte sa buhay.

Lesson 3: Pero minsan, hindi sapat ang tamang diskarte. Nasa suwerte rin iyan.

Naniniwala pa rin ako sa suwerte at malas. Sa tadhana. Kasi kahit gaano ka na kagaling sa Candy Crush, kung hindi maganda ang mga puwesto ng mga candies, matatalo ka pa rin. Kaya minsan, hindi sapat na magaling ka. Kailangan mo rin ng kooperasyon ng tadhana.

> MINSAN, HINDI SAPAT NA MAGALING KA. Kailangan mo rin ng kooperasyon ng tadhana.

Sa laro ng totoong buhay, hindi lang diskarte ang labanan. Nasa tamang tiyempo din. Nasa suwerte. At nasa determinasyon na kahit gaano kahirap iyan, malalampasan mo rin.

Lesson 4: Kung akala mo nasa mahirap ka nang sitwasyon at hindi ka maka-usad, take a break . . . relax . . . pagbalik mo, magugulat ka na lang, kaya mo na iyan.

Kung ilang oras ka na naglalaro at nabubuwiset na ang mga kaibigan mo kahihingi mo ng life o nauubos na pera mo sa kabibili ng extra lives, tapos hindi ka pa rin makausad sa isang level, tumigil ka muna!

Minsan, kailangan mo lang huminga. Bitiwan mo, gumawa ka ng ibang bagay, at pagbalik mo, magugulat ka na lang, kaya mo na pala.

Ginagawa ko ito kapag nagsusulat ako ng script at may isang eksenang hirap na hirap ako. Kahit ano'ng pilit ko, hindi ko magawa.

Kaya tatayo na muna ako, maghuhugas ng plato, lalabas ng bahay, maglalakad-lakad, at pagbalik ko . . . Wow, maisusulat ko na siya.

Pero minsan, hindi lahat ng bagay ay nagiging madali. Hindi lahat ng gusto mo, makukuha mo. Dahil sa Lesson no. 5.

Lesson 5: May mga bagay na kahit ano'ng pilit mo, hindi talaga puwede. Kaya gumive up ka na lang at magsimula ulit.

Inaamin ko, bumibili ako ng "extra moves" sa Candy Crush. Kapag gusto ko na tapusin ang isang level, at feeling ko, kapag may extra moves lang ako, mananalo ako. Kaya bili ako nang bili.

Pero minsan, nakaka-ten dollars na ako sa extra moves, hindi pa rin ako natatapos. Kaya susuko na lang ako at magsisimula ng bagong game.

At kung kailan inulit ko na, sa magkasamang suwerte at diskarte, biglang matatapos ko kahit na marami pa akong natitirang moves.

Sana hindi ko na lang pinilit sa unang game, sana hindi na lang ako bumili ng mga extra moves.

Marami sa atin, sa kagustuhang makuha ang isang bagay, gigil na gigil na pinipilit na makuha ito, at all costs! Be it making a relationship last, or getting your dream job or your dream guy.

Hindi natin napapansin na hindi ito para sa atin. Not meant to be. Not now. Not yet. Not the perfect time.

Pero may mga pagkakataon na fate surprises us . . . At 'yan ang Lesson no. 6!

Lesson 6: Minsan, kung kelan malapit ka nang sumuko, kung kelan 'di mo inaasahan, doon mo makukuha ang gusto mo.

Hindi ba ang saya ng pakiramdam 'yung akala mong wala nang pag-asa? Iyong kakaunti na lang ang natitira mong moves

> **PAANO MO MALALAMAN** *kung susuko ka na o ipagpapatuloy mo pa?*

at hindi mo pa naki-clear lahat ng jelly, pero biglang may lumabas na dalawang color bombs—na magkatabi?! Boom! Tanggal lahat ng jelly!

O kaya, kumalat na ang mga chocolate at wala ka nang magalawan at lumabas na ang notice na "No possible switches. Shuffling."

Pero minsan, mas maganda pa 'yung wala ka nang possible moves at nag-reshuffle ang mga candy. Kasi parang binigyan ka ng second chance. Parang nagsimula ka ulit.

Sometimes you have to hit rock bottom, or you have to reach a dead end to be able to start on a clean slate, and then succeed!

Pero paano mo malalaman kung susuko ka na ba o ipagpatuloy mo pa?

Lesson 7: Tiwala lang. Things will eventually fall into place. Just keep trying and enjoy the challenge.

Basta laro ka lang nang laro. Enjoy mo lang. Kapag nag-no more moves, o natapos na, tanggapin mo. Huwag mo na lang ipilit na ituloy kung tapos na. you can always start again.

At kung maubusan ka man ng lives, kaunting hintay lang—may darating na bagong life. And you get another chance to make things right.

Panibagong pag-asa na this time, magtatagumpay ka na. At makaka-usad sa susunod na level.

WISDOM
from pichi-pichi
★

Bumili ang writer kong si Beth ng pichi-pichi at inalok sa amin. At dahil gusto ko ng pichi-pichi, hindi na ako nahiyang humingi.

Noong pinansin ko na medyo matabang ang pichi-pichi, humirit ang isa ko pang writer na si Mel. "Wala kang karapatang magreklamo kasi nakiki-share ka lang."

Doon na umusad ang usapan namin.

"Oo nga naman," sabi ko. "Bakit ba ako nagrereklamo, eh hindi naman sa akin ito? Nakiki-share lang ako!"

"Bakit kasi nagse-settle ka lang sa pag-aari na ng iba?" Mel added.

"Okay lang naman maki-share, eh. Basta alam mo sa umpisa pa lang na hindi talaga sa iyo 'yan . . . " sagot ko.

"At hindi magiging sa iyo," dagdag niya.

"Bakit kaya mas masarap kapag nanghihingi ka lang?" sumabat ang Marketing Manager na si Cris, na nakikikain na rin.

"Mas may appeal kasi kapag alam mong may nagmamay-aring iba," sagot ni Marge, 'yung executive assistant ng boss namin.

"Oo nga! Saka, mabuti na iyan, kaysa wala," sabi ko. "Sa taong gutom, kung ano'ng nariyan, kahit may ibang nagmamay-ari na, papatusin pa rin niya."

"Pichi-pichi pa rin ba pinag-uusapan natin dito?" tanong ni Beth, ang may-ari ng pichi-pichi.

Maya-maya ay humingi na rin si Mel ng pichi-pichi. At napansin namin, napaparami ang kain niya.

"Tingnan mo, siya na iyong nakikihingi, mas marami pa siyang nakain kaysa sa may-ari," biro ko.

Natawa si Mel. "Tapos, 'yung natira sa may-ari, mga latak na," sabi niya.

I said, "Puwede naman 'yun, eh. Sa umpisa nakiki-share ka lang. Eventually, malalamangan mo pa 'yung tunay na may-ari. At mapapasayo na rin ang pichi-pichi."

Nagtawanan na kami. Alam namin na hindi na pichi-pichi ang aming pinag-uusapan.

✰✰✰

3. SINO ANG PABORITO MONG AUTHOR?

Paiba-iba. Noong high school at college ako, sina Barbara Conklin, Sidney Sheldon, at Danielle Steel. Noong twenties, sina Jennifer Weiner, Mitch Albom, at Paulo Coelho.

4. ANO ANG PABORITO MONG PASTIME?

Tumunganga.

✰✰✰

3.

MGA KUWENTO NG KAHARUTAN AT KASENTIHAN

Lahat daw ng unang pangyayari sa buhay mo, hindi mo makakalimutan. First crush. First love. First date. First kiss. Tama nga sila. Pero sa case ko, kaya 'di ko makalimutan dahil lahat sila disaster! Lahat palpak. Lahat walang kuwenta. May sumpa nga yata ako sa lahat ng "firsts."
— "First Time"

KUNG BAKIT AKO NAIYAK
sa bagong commercial ng McDo
✦

Nasa kusina ako noong una kong marinig ang jingle ng bagong commercial ng McDo. *Pana-panahon ang pagkakataon, maibabalik ba ang kahapon?* Takbo ako sa sala para makita kung ano 'yung ad na 'yun. At sa kalagitnaan ng commercial, umiiyak na ako. Kahit na nakakaiyak naman talaga ang ad, ang tunay na dahilan ay dahil sa naalala kita.

Natatandaan mo pa ba nang tayong dalawa ay unang nagkita?

Ako, tandang-tanda ko pa. Madalas nga tayo mag-away noon, eh. Ang kulit mo kasi. Lagi mo akong inaasar. Pero nung niyaya mo akong magyosi at magkuwentuhan, naging friends na rin tayo. Lalo na at nalaman ko na pareho natin gusto ang "Kanlungan" ng Buklod. Binigyan mo ako ng lyrics ng "Kanlungan." Idinikit ko ito sa cubicle ng office ko para araw-araw kong nakikita, at para lagi kitang naaalala.

Natatandaan mo pa ba? Inukit kong puso sa punong mangga. At ang inalay kong gumamela. Magkahawak kamay sa dalampasigan.

Wala ka mang binigay na gumamela, nakatago pa rin iyong bulaklak na ginawa mo sa tissue paper at iniabot sa akin noong minsang nag-inuman tayo.

Ilang beses din tayong magkahawak-kamay sa mall, sa bar, sa balkonahe ng bahay namin. Habang namamasyal sa SM Megamall, habang umiinom sa bar sa Makati, habang nakatayo sa siksikang MRT, habang kumakain ng dinner sa food court, nakilala kita nang husto.

Ang dami na rin nating pinagdaanan. Naaalala mo ba 'yung isang beses na nagkunwari kang boyfriend ko para pagselosin 'yung ex ko? O noong wala akong escort sa party ng barkada ko kaya nagpasama ako sa 'yo? Sa mga sandaling 'yun, wish ko totoong boyfriend na nga kita. Pero alam naman natin pareho na hindi puwede.

Noong isa sa mga huling inuman natin, niyaya mo akong magyosi sa labas. Dala mo ang gitara ng barkada mo at kinanta mo ang "Kanlungan." Hindi ka kasing galing ni Noel Cabangon pero okay lang, nadala mo sa performance. May pa-pikit-pikit ka pa ng mata. Gusto kong maiyak nung gabing 'yun. Hindi ko ma-explain kung bakit. Siguro dahil sa natatakot ako sa nararamdaman ko sa iyo. Hindi ko alam kung epekto lang ng alcohol, yosi, at "Kanlungan," pero nung gabing 'yun, doon ko na-realize kung gaano ka kahalaga sa buhay ko. At alam ko na binibigyan na kita ng karapatan na saktan ako dahil hinahayaan ko ang sarili kong mahulog sa 'yo.

Ilang buwan matapos mo akong kantahan ng "Kanlungan," pinaiyak mo na naman ako. Pero siyempre, hindi ko pinakita sa iyo.

Dalawang oras kitang tinitigan mula sa malayo. Ang guwapo mo, nasasalamin ang kakaibang kasiyahan. Parang ayaw nga kitang lapitan, eh. Hindi ko kasi alam kung ano ang sasabihin ko. Noong finally nakita mo ako, nginitian kita. Sabay

PINAIYAK
mo na naman ako.

kaway ng kamay ko, sensyales na aalis na ako. Sabi mo, sandali lang. Tapos iniwan mo 'yung kasama mo at lumapit ka sa akin.

"Alis ka na?"

"Oo. Gabi na, eh. Layo pa bahay ko," sagot ko. Kinamayan kita. "Congratulations," sabi ko. "Bagay sa iyo ang naka-barong."

"Salamat," sagot mo na may kasamang alanganing ngiti.

Magkahawak pa rin ang ating kamay. Noong maramdaman ko ang kamay mo, doon unti-unting nag-sink in sa akin ang realidad na 'yun na ang huling beses na mahahawakan ko ang kamay mo. Dahil mula sa gabing 'yun, iba na ang lahat para sa atin. Magbabago na ang lahat.

Bago mo ako makitang umiyak, dali-dali akong nagpaalam, tumalikod at umalis.

Lumilipas ang panahon. Kabiyak ng ating gunita. Ang mga puso at halaman, bakit kailangan lumisan?

Ang tagal na nating hindi nagkita. Ang tagal na rin nating hindi nag-uusap. Pero lagi pa rin kitang naaalala. Mula noong unang beses mo akong niyayang magyosi hanggang sa araw ng kasal mo, kung saan kita huling nakita.

Noong napanood ko nga ang bagong commercial ng McDo, tinext kita para tanungin kung napanood mo na. Sabi ko naiyak ako noong makita ko. Sabi mo napanood mo na at tinanong mo ako kung bakit ako naiyak.

Hindi mo alam?

Ikaw ang dahilan kung bakit ako naiyak sa commercial ng McDo.

Pana-panahon ang pagkakataon. Maibabalik ba ang kahapon?

THE DAY
after Valentine's
★

The day after Valentine's, you found yourself inside the bathroom, kneeling in front of the toilet bowl, and throwing up. Wala na ngang lumalabas, suka ka pa rin ng suka. Kulang na lang, iluwa mo na rin pati bituka mo. You wanted to pass out and die. Buti nga sa 'yo. Kung makainom ka kasi kagabi, akala mo katapusan na ng mundo.

How many shots of tequila have you had last night? 19? 20? You couldn't remember. You lost count after your 12th. Ayan, sige, sumuka ka pa. Masakit na ba ulo mo? Masakit na ba tuhod mo? Kanina ka pa nakaluhod diyan, ah. And now you're swearing never to drink again. Hay naku, ilang beses ka na ba sumumpang hindi na iinom?

Bakit ka ba kasi nagpakalasing? Ano ba meron kahapon? Valentine's Day lang naman, ah! And, like the previous Valentine's, you spent it with your friends. Sanay ka na. Lagi namang ganoon, 'di ba?

Umpisa pa lang ng Valentine's week, you tried not to be affected with the mush around you. And you succeeded. Kapag may nagtanong sa iyo kung ano'ng gagawin mo sa Valentine's, you managed to get out of it without sounding pathetic dahil barkada mo na naman ang kasama mo. Eh, ano'ng masama doon?

> **BAKIT KA BA KASI NAGPAKALASING?**
> *Ano bang meron kahapon?*

★

Pero mukhang nakasama yata sa iyo ang Valentine's night out with your friends. Binuhos mo lahat ng frustrations mo sa beer at alak. Ginagawa mong tubig ang SMB at ni hindi ka na nagle-lemon sa tequila mo. Kung makainom ka, akala mo isang dekada kang na-deprive ng alcohol. Kaya, ayan.

Last night, you got drunk and did something really stupid: You flirted with him.

He was a certified asshole. It was also Valentine's when he started flirting with you. Kung hindi ba naman siya asshole talaga, may girlfriend na nga siya, nilalandi ka pa niya. But you were sensible then to ignore his amorous play. Eh paano, may iba kang dyowa noon. Kaya kahit na he was coming on to you, dedma ka lang.

But that summer, you and your dyowa drifted apart. And his girlfriend was busy reviewing for her board exam. It started with one forwarded text message that he sent. The next thing you knew, you were constantly on the phone with him.

He was extra nice to you. He'd call you every night to ask you how your day was. He'd give you chocolates and cookies. He even gave you a compilation of all your favorite songs that he himself burned into a CD.

During your outings, he would hold you close or put his arms around you. Mag-ano ba kayo? You never bothered asking. Basta, you enjoyed what was happening. You enjoyed the attention he was giving you.

You were stupid to believe that what you had was something special! You seemed to forget that he had a girlfriend who was busy and had no time for him. But *you* weren't busy. And you were always available. So you became the surrogate girlfriend. Substitute lang, kasi whenever she was around, on the side ka na lang. Kapag wala siyang text sa iyo, iisa lang ang ibig sabihin noon. He was with his girlfriend.

Pero okay lang sa iyo. You were already in love with him. And you wanted to believe that he felt the same. Although he never told you that he loved you, you convinced yourself that his actions said it all. So you patiently waited for your turn. Gaga ka talaga. Nagtitiyaga ka na lang sa tira-tira.

Medyo natauhan ka naman noon, so you stopped replying to his text messages. And you started to decline his invitation to watch movies or to have a drink in Tomas Morato. To forget him, you went out with other guys.

GAGA KA TALAGA. *Nagtitiyaga ka na lang sa tira-tira.*

Pero bakit ganoon? Kahit na iba kasama mo, naiisip mo pa rin siya? You kept on remembering the times he held you tight in Tagaytay, the inuman sessions you had in Metrowalk, the movies that you watched, the phone conversations that lasted for hours.

You had to accept the glaring truth: Mahal mo siya pero kailangan mo na siyang kalimutan dahil may girlfriend siya. At hindi niya iiwan ang girlfriend niya for you.

You cried for weeks. And then you called all your friends and recounted everything that happened between you and him. Kahit 'yung mga high school friends mo na ang tagal mong hindi nakausap, tinawagan mo para lang magkuwento. That was your way of coping with the heartache.

There were days when all you could do was stare at the blinking cursor of your computer for hours. You couldn't work because you were remembering all your happy moments with him. Pero tapos na 'yun. His episode in your life was over. And you wanted to move on.

After the acceptance stage is the avoidance. Nag-disappearing act ka sa buhay niya since then. You were always out, asleep, or busy whenever he called. You always had an excuse kapag niyayaya ka ng barkada mo sa lugar kung saan alam mong makikita mo siya.

When you received a text message from a common friend, inviting you to a Valentine gimik, pinag-isipan mo nang mabuti. You thought it's time to finally see him again. Feeling mo kasi, okay ka na. Feeling mo, you could face him again. Feeling mo, you have moved on and you have forgotten him. Ang tagal niyo nang hindi nagkikita, you were hoping na okay ka na. Na wala na talaga.

Wala na nga ba?

Last night, you saw him again. Walang nagbago. Medyo tumaba siya pero charming pa rin siya. At first, nagkaka-ilangan kayo. Pero habang lumalalim ang gabi, unti-unting bumalik ang dating siya. At ang dating ikaw.

And then you started taking shots of tequila one after another.

Teka, alam ko na why you were drinking heavily last night. You just wanted to get drunk. Yes, you did it on purpose. Because you wanted to have an excuse for the foolishness you'd be doing later on.

A few months ago, you were cursing him. Kulang na lang, ipabugbog mo siya sa mga pinsan mong maton. Lahat na yata ng mura, nagamit mo na sa kanya. You vowed never to be swayed by him again.

But last night was different. You were willing to rekindle whatever happened between you and him before. You were willing to forget all the things he did and start on a clean slate. You were doing things you shouldn't have done.

You knew your friends would go ballistic kapag nalaman nila ang ginawa mo. And you thought you could get away with it by saying, "I was drunk. I didn't know what I was doing." You wanted to blame the tequila for your stupidity.

"I WAS DRUNK. I didn't know what I was doing."

When you woke up around noon, you had a splitting headache and an upset stomach. And the things you said and did the night before came crashing like scenes from a movie. Parang flashback. And you cursed yourself for being vulnerable with him again. Because you realized that you still loved him.

The day after Valentine's, you found yourself inside the bathroom, kneeling in front of the toilet bowl, and throwing up. It was your way of cleansing, of getting rid of him for good.

Pero kahit na anong suka pa ang gawin mo, hindi mo siya maaalis sa sistema mo. Hindi muna.

Pero okay lang iyan. Don't hate yourself just because you still love him. Sabi nila, you can't control your emotions. But it's what you do with your emotions that matters. Okay lang na i-acknowledge na may feelings ka pa sa kanya, as long as alam mo na hindi dapat. At tanggap mo na mali.

One day, magigising ka na lang na at mare-realize mo na you are over him. Habang hindi pa dumarating ang araw na 'yun, lumayo ka na lang muna sa tequila.

one tequila...
two tequila...
three tequila...
... floor

AMBISYOSA

Sunod-sunod na Christmas party ang kailangan kong puntahan starting today at wala akong maisuot. Kaya kahit na may deadline akong script, siningit kong mag-mall para bumili ng bagong damit.

Sa isang store sa sosyal na mall sa Mandaluyong, may nakita akong blouse na suot ng mannequin. Noong humingi ako ng size sa saleslady, ang sabi niya last stock na daw 'yung naka-display.

"Anong size iyan?" I asked.

"Ma'am, small po," sagot niya.

Hindi na ako kumibo. Naghanap na lang ako ng ibang blouse. After a few trips to the fitting room, nakapili ako ng ng tatlong blouses. Pero I still wanted the blouse na nasa mannequin. Ang ganda niya kasi talaga.

Kinausap ko uli ang saleslady.

"Miss, kasya kaya iyan sa akin?"

"Maliit yan ma'am. Saka ninipis iyan kapag na-stretch."

Walanghiyang saleslady na ito, mapanghusga. Parang in-assume na niya na hindi kasya sa akin ang blouse. Pero gustong-gusto ko talaga iyong blouse eh. Nagpumilit ako.

"Puwede bang isukat ko lang? Try lang. Malay mo."

"O-kaaaay," sa tono na medyo pang-asar.

Hinubaran niya ang mannequin, pero na-sense ko na ang iniisip niya. Iniisip niyang ambisyosa ako, na pinagpipilitan ang sarili na magkasya sa size small.

I told her, "Hindi naman masamang umasa, 'di ba?"

Ngumiti lang siya.

Pumunta ako sa fitting room. It fits!

Lumabas ako ng fitting room at pinakita ko sa saleslady. "Tingnan mo, kasya. Kasya sa akin!"

Binayaran ko ang blouse, napasubo ako when I learned kung magkano siya. Nakalimutan ko kasing tingnan ang presyo. Pero ang pinag-uusapan dito, paninindigan. Kaya kahit na napakamahal niya, binili ko pa rin. Ito ang halaga ng pagsusuot ng size small na blouse. Bihira lang mangyari sa akin 'yun!

Hindi masamang umasa. Akalain mo 'yun, kumasya sa akin ang size small! Isa pang natutunan ko, huwag basta susuko. Kahit na sinabi na ng iba na hindi puwede, kahit na iniisip nila na imposible, kung talagang gusto mo, Go! Malay mo. Makuha mo nga. Eh, 'di ayos!

IT FEELS SO GOOD,
I wanna do it again
★

After our creative meeting that ended past midnight, nagyaya ang headwriter namin na kumain. Kaya nakarating kami ng mga co-writers ko sa Tomas Morato sa paghahanap ng masarap na makakainan ng ala-una ng madaling araw.

Nakahanap kami ng restobar at ang late dinner namin ay nauwi sa inuman na rin. Kuwentuhan. Inuman. Kuwentuhan. Inuman. Hanggang sa inabot na kami ng 5 a.m.!

Pauwi na kami ng 5 a.m. when my drunk co-writer turned to me, "Sumama ka sa akin. May gagawin tayo!"

Thought bubble ko: Huwag, magkaibigan tayo.

Pero pumayag na rin ako. Siguro dahil curious din akong subukan 'yun.

★

Dinala niya ako sa isang makasalanang lugar sa Pasig, kung saan on the way pa lang, kinakabahan na ako. First time ko kasi.

"Huwag kang mag-alala, ako bahala sa iyo. Aalalayan kita," he told me. Na-sense niya yata na kinakabahan ako.

Gusto ko nang mag-back out. What was I thinking? Anong ginagawa namin dito? Sigurado ba ako na gagawin ko ito? Baka lasing lang ako kaya malakas ang loob ko. Pero it's too late, na-park na niya ang kotse at heto na, naglalakad na kami papasok.

The attendants greeted him, and he knew everyone by name. Suki na kasi siya doon. I looked around and saw people just like us, nandoon to have a good time. Isang makasalanang good time. Napayuko ako, fearing na may kakilala akong makakakita sa akin doon. Nakakahiya.

And then he left me for a while kasi daw magwi-withdraw lang siya. Umupo muna ako, and then, kahit wala pa iyong kasama ko, nagsimula na ako on my own.

And then he came back. Simula na ng good time. Sa umpisa, nakakakaba nga. Hindi mo alam kung ano'ng gagawin mo. Kasi titingnan mo rin kung paano gumalaw iyong kasama mo. Dapat alam mo kung kelan ka susugod o kelan ka titigil. Pero iba iyong dagundong sa dibdib. Kakaiba iyong rush. Hindi ko ma-explain. After one hour, it was over.

"Nag-enjoy ka ba?" he asked noong nasa kotse na kami.

"Oo! sobra."

"Baka maadik ka ha?"

"Huwag naman sana. . ."

Pero gusto kong bumalik.

Sa lugar na 'yun para mag-poker.

Nanalo ako!

Beginner's luck?

Mag-a-alas-siete na noong nakarating ako sa bahay. Hindi ako makatulog dahil sa euphoric rush noong huling round kung saan nag-all in ako at nanalo ng P3,000 na pot. Kasi natatalo na ako noon eh. Almost P1,500 na iyong nalalabas ko. Pero sinuwerte. Ang ganda noong hawak kong cards, tapos nag-all in iyong dalawang kalaban so call agad ako.

Iyon lang.

When was the last time you did something for the first time?

Ako kanina. First time kong maglaro ng poker na totoong tao ang mga kalaban ko. At gusto ko siya ulitin!

Weeeeeeh!

FIRST
time
★

Noong nalaman ko na magiging columnist ako sa isang website, na-stress ako ng bongga. Title pa lang ng column, tatlong araw bago ako naka-decide, kaya noong sinisimulan ko na ang una kong article, na-pressure ako.

Gusto ko kasing pagandahin. Kailangang astig. Kailangang may dating. Iyong pag-uusapan kahit na tapos na mabasa ng mga tao. Pero ang tagal bago ako nakaisip ng magandang topic.

Sobrang na-pressure ako sa unang article na isusulat ko. Malas kasi ako sa lahat ng firsts na nangyari sa buhay ko.

My first love was a pathetic case of unrequited love that lasted for seven years. Nagpakagaga ako doon sa campus heartthrob na pinapapansin lang ako at kinakausap kapag may exam dahil kailangan niya ng makokopyahan.

First time kong nanood ng sine kasama friends ko, nagkawalaan pa kami sa sinehan. Hindi pa kasi uso ang cellphone noon kaya hindi na kami nagkita.

Ang first date ko ay sa SM City at nanood kami ng *One Fine Day*. Sobrang na-bore ako sa ka-date ko na wala na ngang personality, eh, wala pa yatang dila dahil hindi man lang nagsasalita buong gabi. Kaya 'yun, apat na taon siyang nanligaw at isanlibong beses kong binasted.

Ang first kiss ko ay sa isang barkada na may girlfriend at ginawa namin iyon sa kusina, habang ang ibang barkada namin ay nagpapakalasing sa sala. I was too drunk to remember how the kiss went. Ang natandaan ko lang, lasang Fundador.

Noong first day ko sa first major subject ko, sabi ng teacher, kapag nakakuha daw kami ng below 1.75, hindi raw para sa amin ang course na 'yun at mag-shift na lang kami. Ang grade ko? 2.75!

Nag-break kami ng first boyfriend ko dahil nakabuntis siya ng iba at kailangan niya pakasalan. Tatlong buwan after ng kasal niya, bumabalik siya sa akin at sinasabing ako naman daw talaga ang mahal niya. (Tatlo na ang anak niya sa babaeng sinasabi niyang hindi niya mahal at pinikot lang siya.)

Lahat daw ng unang pangyayari sa buhay mo, hindi mo makakalimutan. First crush. First love. First date. First kiss. Tama nga sila. Pero sa case ko, kaya 'di ko makalimutan dahil lahat sila disaster! Lahat palpak. Lahat walang kuwenta. May sumpa nga yata ako sa lahat ng "firsts."

Kaya ako naging anxious habang nagsusulat ng aking first article. Baka sobrang pangit or boring or walang kuwenta ang unang article ko. Baka ulanin ako ng sandamakmak na alipusta at kukuwestyunin ang web admin kung bakit ako kinuhang columnist.

> LAHAT DAW NG UNANG NANGYARI SA BUHAY MO *hindi mo makakalimutan.*

Pero habang sinusulat ko ang first article ko, na-realize ko na hindi naman talaga importante ang "first time." I mean, okay, the first will always be unforgettable pero as time goes by, nadadagdagan 'yung mga experiences natin, at hindi na mahalaga 'yung first time. Kapag tumanda na tayo, mas binabalikan natin 'yung times na naging pinakamasaya tayo or pinakanag-enjoy. Iyong "best times"of our life.

Hindi ko na matandaan ang first day ko sa school noong elementary pero sariwa pa sa isip ko 'yung mga araw na naglalaro kami ng Chinese garter pagkatapos ng klase (kasi lagi ako nananalo, hehe). Nakatago pa rin 'yung unang stuffed toy na natanggap ko, pero ang Garfield stuffed toy ko ang katabi ko sa pagtulog gabi-gabi (kahit na babae ang nagbigay). Special para sa akin ang unang article ko na na-publish noong 1997, pero mas proud ako sa mga articles ko na lumabas online. May sentimental value sa akin ang unang album ng Eraserheads, pero pinaka-favorite ko 'yung pangatlo nila, *Cutterpillow.*

★

So ano'ng point ko? Hindi na mahalaga ang first. Kasi, may mga susunod na magiging gusto mo, or favorite mo, at matatabunan na ang pagiging special ng mga first time na nangyari sa buhay mo. Kailangan lang yata masimulan. If it doesn't turn out the way you want it to be, okay lang. At least, mae-encourage ka nang sumubok ng sumubok hanggang sa masiyahan ka.

The first will always be special, regardless of with whom we did it, no matter how terrible or wonderful it was. Kung may first time na hindi pa natin nagagawa o nararanasan, it's better to think twice before doing it. Pero kung nangyari na at tulad ko, hindi maganda ang memories na dala nito, then let us not dwell too much on them.

Minsan kasi, masyado tayong fixated doon sa una. Kaya hindi na natin nasa-savor 'yung sumunod doon. Hindi na natin na-appreciate ang iba kasi 'yung first time lang ang inaalala natin.

Kaya hindi ko na masyadong inisip kung ano ang kinalabasan ng first article ko. Kung hindi man pumasa sa panlasa ng readers, ayos lang dahil puwede ko namang subukan sa mga susunod. May goal ako noon: Ang makasulat ng article na may dातíng. Iyong astig. Iyong may statement.

Isang taon pagkatapos kong i-submit ang unang article ko bilang columnist, naisulat ko ang "Parang Kayo, Pero Hindi" noong 2004, na kumalat sa mga e-mails at social networking sites, at hanggang ngayon ay binabasa pa rin ng mga tao. Na-quote pa ng isang sikat na writer sa kanyang magazine column, nagkaroon pa ng segment sa isang sikat na talk show, at ngayon, title pa ng una kong libro.

It's true that we can never forget our firsts. First love. First kiss. First date. First job. But when we're old and look back at what we did in our lives, we will always remember the *best* and not necessarily the *first* ones.

Hindi na mahalaga kung sino ang first mo. Dahil ang mas mahalaga, kung sino ang best mo.

THE AIR
in my lungs
★

It has been four years since I last saw him up close yet I could still picture every detail of his face, every fiber, every line, every shade. Four years. The yellowing photograph that bore witness to his boyish looks is my only, yet constant, reminder of how it was then.

It was the afternoon of June 1989 when I invited a taciturn guy to play Truth or Consequence with my classmates and me. Being the third day of school, I knew nothing about him, except for his name, and that he was a transferee. Rumors swirled that he was kicked out from his former school but girls paid no heed as he became an instant heartthrob in our class. Plump, dark, and staid, he wasn't appealing to me and I wouldn't have asked him to join us, if it weren't for my friends' request.

There was no lousier playmate than him. He wouldn't participate and his answers were either a stoic nodding or an adamant shaking of the head that would go concomitantly with a barely audible "yes" or "no." While the boys were exuding with energy, laughing hard, and getting rowdy, he was phlegmatic. My friends who swooned over him rationalized that since he was new in school, he was still inhibited to interact with our classmates, and that eventually, he would come out of his shell.

What they said proved to be true because after a month, he had marked his notoriety—not only to the teachers, but also to our classmates. The taciturn guy turned out to be endowed with a dirty mouth that emitted green jokes and snide remarks. At the young age of fourteen, he smoked, drank, cut classes, and cheated on exams. Unwarranted, harsh words came out of his mouth, regardless of who he was talking to. He was everything I hated in a guy, and how we became friends was baffling, not only for my classmates, but most of all, for me.

I just concluded that he needed me as his source of test answers and assignments, and I allowed him to because despite his noxious personality, girls still went gaga over him, and were envious of me. I had him as my friend, and I knew girls would do anything just to trade places with me.

Being friends with him didn't spare me from his chaffs, though. We had our daily banters triggered by trivial things. But then eventually, I had learned to live with it. In the absence of the repartee, we would have superficial chats that showed a facet he never disclosed to anyone. There were also rare moments when he turned to be a friend who was kind, thoughtful, and sweet to me. And I learned that behind the rascality he projected, he was a troubled boy who wanted what all of us wanted—to be understood and accepted.

The next thing I knew, I was inevitably falling in love with him. How it happened eluded me, but didn't completely leave me. It just happened. I found myself getting excited with the thought of sharing my assignments with him. I would even check my Algebra answers thrice just to make sure he would be copying the correct solutions. I was also anticipating having an argument with him, and deliberately making one if the day was coming to an end without it.

THE NEXT THING I KNEW, I was inevitably falling in love with him.

At fourteen, I fell in love with him. Everything was multicolored as I lived my world in fantasy. Those were the days when every waking moment was spent thinking of him. I tried to organize our insignificant talks and casual banters according to my own reasoning. I wanted to believe that there was meaning behind his stolen glances, and that he was sincere whenever he said nice things about me. A glimpse, a little compliment, or a genuine laugh from him made me tighten my grip to

LOVE
followed no logic.

my chimerical notion, assigning different interpretations to what his words and gestures really meant.

The novel series *Sweet Dreams* made me believe that no matter how impossible things were, the guy and the girl would still end up together eventually. So I was prodded to believe that there would be a happy ending for us someday. But the books didn't tell me that in reality, love could be a solitary feeling that exists, whether it is returned or not. Because the rest of our high school years, my love for him was not only unreciprocated, but also unappreciated.

Loving him taught me lots of lessons, but the toughest lesson I had to learn was to realize that love followed no logic. And since I was engulfed with the intense feeling, I failed to notice that I was already making a fool out of myself. I did a lot of stupid things for him, things that I never thought to be wrong because I was blinded by my love. And what made it worse was that everybody in school seemed to be watching, as though my life was a drama series that they ought to see, scene after scene.

They were spectators to how I vaingloriously dreamed that we would end up together. They witnessed his love affairs with the campus queen and the mestiza cheer dancer while I waited on the sidelines. They saw how he became apathetic to me in the years that followed, acting as if he didn't know me. They watched as I lamented when he was out of sight, and still lamented when he was around. They knew that he was the one I had dreamed of having, but never had. He was like the air in my lungs, always inside me, but impossible to hold on to.

What I had for him was a classic tale of unrequited love that lasted for six years. No, I am still not over him. There would be times when the memory of him still visits me. I paused at the strum of a song and thought of him, forgetting what I was doing.

It has been four years since I last saw him up close yet I could still picture every detail of his face, every fiber, every line, every shade. Even when the photograph fades and crumbles, even if I won't see him again, he would still be vividly remembered because he was captured by something more powerful than the camera. He would always be the air in my lungs, something that is always close to my heart, something that would be with me until my last breath.

HE WOULD ALWAYS BE *the air in my lungs.*

THERE'S A "BONA"
in all of us
★

I haven't seen Lino Brocka's *Bona* that starred Nora Aunor and Philip Salvador, but I knew what the movie was all about—isang babaeng nagpakabaliw sa isang lalaki at pinabayaan ang sariling buhay para maging alalay ng lalaking mahal niya.

So when I heard about PETA's adaptation of *Bona*, I was determined to watch it. Lalo na at sina Eugene Domingo at Edgar Allan Guzman (from *Ligo na U, Lapit na Me*) ang lead stars.

In the middle of a script deadline and other kangaragan, naisingit ko rin naman ang panonood nito. *Bona* is about obsession—of katangahan when it comes to love. Iyong may isang matinong lalaki na handang ibigay sa iyo ang gusto mo pero mas pinili mo iyong lalaking mahal mo, kahit na hindi ka mahal in return. Iyong lahat na lang ng meron ka, ibibigay mo sa kanya, kahit mapabayaan mo na ang sarili mo. Iyong halos itakwil ka na ng mga kaibigan at pamilya mo dahil sa kagagahan mo sa lalaki, pero ayaw mong makinig at maniwala sa kanila. Kasi in love ka.

Aminin! There's a "Bona" in all of us. Hindi man sa ganoon kabaliw na level. Pero lahat tayo, naging tanga naman sa pag-ibig, once upon a time.

IF I WERE 21,
I'd believe this . . .

★

Last night, I was chatting with someone I have known for more than ten years.

He: Magandang hapon!

Me: Magandang hapon. Kumusta ka na?

He: Mababaliw na ako sa boredom dito.

Me: Homesick? Kelan ka uwi?

He: Wala akong magawa dito. Puro PC kaharap ko. . . Sa December ako uwi . . .

Me: Malapit na.

He: Oo, malapit na tayo magpakasal at magka-baby!

Me: Wahahahaha. Teka lang naman. Hindi ka pa nag-propose, 'no! Nasaan ang engagement ring?

He: Sa December na lahat, minimina pa ang gold at ang diamond.

Me: Kahit hindi diamond okay lang naman. Kahit puwet ng baso ayos lang naman.

He: Uy, ayoko. Gusto ko ng genuine. Para forever.

Me: Wahahaha.

He: Iyong nararamdaman ko para sa iyo hindi matutulad sa puwet ng baso. Diamond, para forever.

Me: Ang deep.

He: Huwag mong gamitin brain mo sa pag-analyze. Gamitin mo heart mo para madali mong maintindihan.

Me: Hahahahaha . . . Kung puro kasi heart, lagi na lang ako umiiyak in the end.

He: Dalawang klase ang pag-iyak. Tears of joy, saka tears of pain. Pero ang common sa dalawa, at least nakaranas ka ng wagas na pagmamahal.

Me: Nyahahahahaha.

He: Kanina ka pa tawa nang tawa. Huwag kang matawa, kasi ito ang totoo.

He's single. He's smart. He's a lawyer. He's nice. He's the same age as me. I have known him for years. Ilang taon na rin siyang nagpaparinig at nagpaparamdam pero hanggang doon lang, puro pabiro.

If I were twenty-one, kinilig na ako. Naniwala sa bola niya. At hinihila ang araw para December na. Pero naman. I'm in my thirties. I know better. He's bored. Or lonely. Or bored and lonely. Ilan kaya kaming ka-chat niya at nilalandi nang ganyan?

Kaya ako, sakay lang. Gow. Pero hanggang doon lang.

☆☆☆

5. ANO ANG ISANG BAGAY NA MAKIKITA LAGI SA BAG MO?

Aside from the essentials na wallet, phone, and ID? Wet wipes.

6. NANONOOD KA BA NG SINE MAG-ISA?

Nope. The last movie I watched alone was Free Willy. I was in college.

☆☆☆

Someday
may pipindot
din sa akin...
you'll see...

4.

RANDOM MUSINGS

Kung para sa iyo talaga ang isang bagay,
kahit anong mangyari, kahit gaano ka-imposible,
sa'yo pa rin ang bagsak nito. Pero kung hindi ito para sa iyo,
kahit ano'ng pilit mo, hindi ito mapupunta sa iyo . . .
– "Que Sera Sera"

TRIAL
and error
★

Science has taught us that trial-and-error is the best method in learning. Kaya nga tayo nag-e-experiment, 'di ba? We try something to see if it works. If it works, we're done with our project. If it doesn't, then we can always try another way. I learned this from the different science experiments in high school. At naa-apply ko siya ngayon sa buhay ko.

Madalas kong i-practice ang trial-and-error method kapag nagko-commute. Naghahanap ako ng ibang way para mapadali ang travel ko. Saan mas mabilis? Saan wala masyadong trapik? Saan may ginagawang daan? Kaya ko nalalaman ang pasikot-sikot sa daan. Kaya ko alam kung saan padadaanin ang taxi kung nagmamadali ako at kung saan padadaanin kung nagtitipid ako at gusto ko ng mas mababa na metro.

Ganoon din kahit hindi ako nagta-taxi. Ano ba ang mas mabilis, ang sumakay ng jeep o mag-bus? Maghintay ng tricycle o maglakad?

Pero bago ko mahanap ang tamang way, madalas nagkakamali rin ako. Nata-trapik ako, nale-late, napapamahal ang pamasahe, naglalakad nang malayo, pero okay lang. Doon naman ako natututo, 'di ba? How will you learn if you don't fail or make mistakes?

Ganoon talaga, para matuto, kailangan mag-experiment. Pero dapat, handa ka sa consequences ng mga ginagawa mo. Kasi usually, bago ka maging successful, kailangan mo muna magkamali ng ilang beses.

Hindi ba, we learn from our mistakes?

Kapag napaso ka sa kawali habang nagluluto, alam mo na mainit talaga ang kawali at kailangan mo mag-pot holder. Kailangan mo muna masaktan, para matuto. Sabi nga ni Alanis, "You live, you learn . . ."

THOUGHTS
while waiting at the doctor's
★

I'm here in St. Luke's Medical Center, waiting for my doctor, at naisip ko lang, neurologists and cardiologists are my favorite types of doctors. One checks my brain while the other takes care of my heart. O 'di ba, balanse? Gynaecologists are my least favorite.

Naisip ko din, mas mahal ang professional fee ng neurologist kaysa sa cardiologist. Siguro dahil mas mahirap gamutin ang sakit sa utak kaysa sakit sa puso. Kung ako man papipiliin, I'd rather have a broken heart than an aneurysm. Ay, hindi pala sila magka-level. Last January lang ako nagka-aneurysm, 'di ko na matandaan when I last had my heart broken.

KUWENTONG
elevator

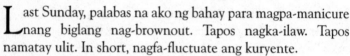

Last Sunday, palabas na ako ng bahay para magpa-manicure nang biglang nag-brownout. Tapos nagka-ilaw. Tapos namatay ulit. In short, nagfa-fluctuate ang kuryente.

Ilang segundo akong nakatayo sa harap ng elevator ng building namin. Nakita ko na patay-sindi rin ang ilaw sa elevator.

Sa ganitong panahon, riding an elevator is not a good idea. Puwede naman akong mag-stairs kasi eleven floors lang naman at nagawa ko na dati 'yun. Or puwede akong maghintay hanggang stable na ang kuryente.

Pero matigas ang ulo ko.

Pinindot ko ang down button. Umilaw. Tapos tumigil sa isang floor at namatay ulit ang ilaw. Pinindot kong muli.

Katangahan ang sumakay sa elevator na alam mong maaaring tumigil any moment dahil sa brownout. Puwede ka ma-stuck sa loob ng kung ilang oras, or worse, puwedeng bumulusok pababa ang elevator at ikamatay mo pa.

But that day, I was brave enough to ride the elevator. I was ready for the consequences. Kung ma-stuck man ako, keri lang. I have my cellphone with me. Kung mamamatay ako. I shuddered at the thought, pero inisip ko, if it's time, it's time.

Before entering the elevator, I made the sign of the cross and said, "Lord, bahala na kayo." Natakot ako kasi mag-isa lang ako, pero hinanda ko na ang sarili ko sa mangyayari. Then I went to the corner at humawak nang maigi sa handle, para kapag bumulusok man pababa ang elevator ay nakahawak naman ako.

Grabe ang kabog ng dibdib ko nung bumababa na ang elevator. Nakarating naman ako sa ground floor nang matiwasay. And honestly, it felt good to do something na nakakatakot. Kung hindi ako nag-dare sumakay ng elevator, either naghihintay pa ako sa taas or tumatagaktak ang pawis na bumababa sa fire exit.

Sabi ko nga sa writer ko, I felt so brave. Alam kong hindi stable ang kuryente at patay-sindi ang elevator pero sumakay pa rin ako. Pero handa naman kasi ako ma-stuck sa elevator, at nag-rely ako na when I said, "Lord, bahala na kayo," 'di ako pababayaan ni Lord.

When you feel like doing something na walang kasiguruhan, just be ready for the worst. Say a little prayer, and then take the plunge. If it turns out okay in the end, hindi mo ma-explain ang saya. At least, nasubukan mo at walang "what if" at "what could have been" na magha-haunt sa iyo until you grow old.

> JUST BE READY FOR THE WORST. Say a little prayer, and then take the plunge.

CTRL + Z

★

I spent the weekend rummaging through the stuff in my room and frantically calling my former officemates, asking them if they still have the copy of the different manuals that we did when we were managing events in our previous company. I needed those files for a writing gig that would make me P10,000 richer in two weeks.

I kept a dozen of boxes in my room, boxes that contained almost three decades of my existence. Aside from keeping and collecting mementos—trinkets, ticket stubs, letters, cards, chocolate wrappers, receipts, and what-have-you's—I also kept reading materials, old papers from high school and college, writing drafts, and anything that I deemed useful in the future.

I searched through my clutter, hoping to find the manuals that would save my friendship with the person who trusted me to finish the writing job in ten days.

I saw old magazines, a printout of my horoscope in 2000, blueprints of the publication that I used to handle, samples of invites and brochures, drafts of contracts, and other memos. Pero wala akong makitang manuals!

I was becoming more and more frustrated as I opened one box after another.

Bakit ko tinatago ang test paper ng crush ko noong high school o kaya iyong name tag ko noong retreat namin? Bakit ang daming wrapper ng Mentos at Cadbury chocolate? Bakit merong sachet ng shampoo rito? Why am I keeping all this junk? Ano ba ang pakinabang ng mga ito?

When all the boxes had been opened and checked, I finally admitted the fact that I refused to accept earlier—I didn't keep the manuals. I gathered and stored non-essential things like the wrappers and receipts because they had a story to tell, unlike the dull and boring manuals that had no special memory for me.

I went out of my room, tired and disappointed, and asked my housemate, "Bakit 'yung mga bagay na kailangang itapon, tinatago ko, pero 'yung mga bagay na kailangang itago, tinatapon ko?"

"Kasi pinapairal mo ang pagiging sentimental mo kaysa pagiging logical," my housemate replied. "Matutulungan ka ba ngayon ng mga candy wrappers mo?"

✸

There are times when I wish I could use the Ctrl+Z command in my life. Just like today.

Living would be easier if we would only have to press Ctrl+Z to undo the stupid mistakes we did in the past.

Sana iyong dapat kong itago, itinago ko sa halip na itinatapon. Sana, iyong mga binalewala ko noon, binigyan ko ng importance. Eh di sana, hindi na ako nahihirapan ngayon.

Kung puwede nga lang sana mag-Ctrl+Z.

But life doesn't work that way. We are not allowed to undo what we had done; because if that's how we lead our lives, we will take everything for granted. We will commit mistakes and make stupid choices in a wanton way. It will be okay to fail, to break the law, to hurt other people, to take the wrong path. Kasi puwede namang i-undo, eh.

Kung ganoon nga ang mangyayari, we will never learn from our mistakes.

Gustuhin ko mang i-Ctrl+Z ngayon, hindi ko rin magagawa. I can no longer bring back nor find the important manuals that I threw away.

It's similar to broken relationships. It is impossible to go back to the past and undo what I had done or do what I hadn't.

But next time, I will be more careful to identify what to throw away and what to keep. I will be smarter in handling relationships so as not to commit the same mistakes again. I will have to think a thousand times before reaching a decision to avoid making regrettable choices.

"Sorry, I can't do it," tinext ko sa kaibigan kong nagbigay sa akin ng raket.

Sayang ang P10,000. Sayang ang experience na magsulat ng isang technical document. I'm sure, hindi na ako mabibigyan ng raket ng kaibigan ko dahil sa ginawa ko. But then, this is the consequence I have to face, for failing to know what really matters in life.

Next time, I will know better.

IT IS IMPOSSIBLE
*to go back
to the past.*

HABANG SUMASAMÂ,
lalong sumasarap

Bakit kaya kahit alam mong mali, ginagawa mo pa rin? Sabi nga ng co-writer kong si J, "*Habang sumasamâ, lalong sumasarap . . .*"

Sabi ko ayoko na, eh. Pero, ang bilis ko namang mag-give in sa pambobola.

No judgment, please. Minsan lang kasi, it feels good to be wanted. And we all need that feeling sometimes. Kailangan ko 'yun ngayon. Kahit masama, kahit mali. Paminsan-minsan lang naman, eh.

Pero kahit ganoon, alam ko pa rin when to stop.

★

Parang iyong pagkain ng chocolate. Masamâ 'yun lalo na at nangangarap akong magmartsa na thirty pounds lighter sa kasal ng best friend ko sa January. Pero hinahanap-hanap ko pa rin. Lalo na kapag I need to feel good. Kailangan din naman natin mag-indulge paminsan-minsan, 'di ba?

Minsan, kailangan din natin na magkasala. Hehehe . . .

Basta ba paunti-unti lang. At alam mo kung kelan ka titigil.

Kasi kung tuloy-tuloy ka lang, walang pakundangan, walang pakialam, aba, totoong sakit na iyan.

NOT MEANT
to be
✱

Sa simula ng isang bagong soap opera, may dalawang taong magsasabing, "I could have been in that show." Dalawang tao na dapat ay kasali doon pero sa magkaibang kadahilanan ay hindi napasama.

Iyong isa ay artista na pinalitan. At iyong isa ay writer na pagkatapos ng ilang meetings, hindi na tinawagan at nalaman niyang may ibang writer na magsusulat sa soap na iyon.

Ang bottom line, pareho silang na-bump off.

Pareho silang nanghinayang at nagsabing, "Si _____ (name of big star) iyun, eh!" Pareho silang nasayangan na nawala sa kanila iyong chance na makatrabaho ang isa sa tinuturing na bigating artista ng istasyon.

Pero kahit na nalulungkot, inisip na lang noong artista na "Hindi pa siguro time" habang iyung writer ay sinabing "Maybe something better will come along."

Indeed, something better came along. Iyong artista ay nakatrabaho ang isang reyna habang iyong writer ay nakatrabaho ang isang hari.

Hindi man sila nakasama sa soap na pinangarap nila, marami namang projects na dumating. Sunod-sunod. Masuwerte pa rin sila.

Iyong artista nga, 'di na niya alam paano hahatiin ang katawan sa dami ng ginagawa niya.

Pero ang pinakamaganda na nangyari, magkasama sila ngayon sa isang show.

Kung ang isa sa kanila ay napasama sa show na nauna, hindi sila magkakadaupang-palad, hindi sila magkikita at magkakakilala.

Lahat talaga ng nangyayari, may dahilan.

Kaya huwag malungkot kung meron mang nawala sa iyo dahil ang lahat ng iyan, may kapalit. Kung may pintong nagsarado, may ibang magbubukas. Kung may umalis, may darating. In everything you lose, you will gain something else.

Kailangan mo lang magtiwala na meron isang mas nakakaalam kung ano ang makakabuti para sa iyo.

Kaya sa pagsisimula ng bagong soap opera, may dalawang magsasabing, "Dapat andiyan ako."

Pero walang bitterness o regret iyon. Kasi pareho nilang alam na that show is not meant for them. At noong natanggap nila na hindi para sa kanila iyon, dun nila nakita na may mas higit pa pala na darating.

PLEASURE
versus happiness
★

Sa homily ng pari kanina, sinabi niya kung ano ang difference ng pleasure sa happiness. "Pleasure is momentary. Happiness is lasting."

Pero ewan ko, parang mas appealing sa akin ang pleasure kahit na panandalian lang siya. Kasi mas madaling ma-achieve ang pleasure kaysa sa happiness.

My former boss in Makati once told me there are only two pleasures in life: sex and good food. Iba raw kasi ang sarap na makukuha mo sa sex at pagkain—hindi mo kayang i-describe. Nothing comes close to that feeling daw.

Pero kung iisipin, maraming bagay pa ang puwedeng pagkuhaan ng pleasure, hindi lang sex at pagkain. Puwedeng hearing your favorite song unexpectedly. Or shopping. Or that different rush you feel when you see your crush. Pleasure can also be derived from something mababaw like completing a level in Candy Crush or, for me, as inexplicable as finishing a week-long script.

Samantalang iyung happiness, parang ang hirap makuha. Ang hirap hanapin. Ang hirap nga ipaliwanag eh.

Ikaw, ano ba pipiliin mo: pleasure o happiness?

Doon ka ba sa fleeting pero madali lang makuha? O doon ka sa tumatagal nga, pero parang ang hirap ma-experience?

QUE
sera sera

★

I was in Davao for a weekend when I got a text message from a director, telling me about an upcoming movie, and that he recommended me to the producers to write it.

I was excited but I felt it wouldn't be awarded to me. It was a huge project and although I wanted to be optimistic about it, I didn't expect too much. I said to myself, that kind of project will go to senior and more experienced writers, not me.

The following day, as I was having my facial treatment in Davao, I thought about the project. At dahil wala akong magawa habang nakatutok sa mukha ko ang steaming machine, I started to conceptualize stories for the two big stars who were supposed to lead in that project.

And while I was in the middle of brainstorming with my multiple personalities, I got a text message from an unknown number. Nagpakilala siya at nagtanong kung puwede raw niya akong tawagan.

I didn't expect she would be calling about the movie project. She told me about it and we discussed my condition and contract with the network. It was tough on my part. I had to choose: Pera o pangarap.

I chose pangarap.

After an exchange of phone calls, and text messages from several people, I got anxious and excited. This was a step closer to my dream! Plus, I love the actor in the project! But I couldn't help being scared and nervous. Did I already say it was a huge project?

★

One thing I learned about life is that it is unpredictable. The day before, everything was so certain. But the day after, and it wasn't clear anymore.

Yet I was fine with it. As I said to a friend, "If this isn't for me, maybe it's for the best. Maybe it's not yet the right time. Maybe I am not yet ready for that huge project. I am trusting that God knows best."

Nothing definite. Nothing certain.

At habang ginagawa ko ang storyline ng pelikula, an old song repeatedly played in my head, "Que sera sera, whatever will be, will be . . . The future's for us to see, que sera sera . . ."

I want to do this project, but if this isn't for me, matatanggap ko.

Kung para sa iyo talaga ang isang bagay, kahit ano'ng mangyari, kahit gaano ka-imposible, sa 'yo pa rin ang bagsak nito. Pero kung hindi ito para sa iyo, kahit ano'ng pilit mo, hindi ito mapupunta sa iyo.

NOTHING DEFINITE.
Nothing certain.

KUNG SIYA SI NINOY,
ako ang kaniyang Kris
★

Lagi kong sinasabi, if it weren't for Direk Joey Reyes, I wouldn't be here, fulfilling my lifelong dream to write for TV. Kaya as he turns a year older on October 21, I want to write something about him to thank him for opening the door for me, and to let him know how significant he is in my life.

Right after I watched his movie *May Minamahal*, in 1993, I had an epiphany. I wanted to be a scriptwriter. I wanted to write scenes and dialogues that would move other people.

Gusto ko iyong kino-quote ng mga tao iyong sinusulat ko, 'yung inuulit ang mga eksenang ginawa ko. After *Pare Ko* and *Radio Romance*, I started to love Direk Joey. Kahit hindi ko siya kilala, kahit hindi niya ako kilala, he was becoming influential in my life.

And then we met in ABS-CBN's Comedy Writing Workshop in 2004. I was one of the lucky twenty-six students who made it to the workshop.

Nakilala ko siya nang husto—not just as a director but as a person. And after the workshop, my life took a different course. Direk Joey handpicked me to be part of his show. He became my first headwriter in the sitcom, *My Juan and Only* (MJAO), directed by the late Gilbert Perez.

Iyong unang script na sinulat ko, ang dami niyang comments. Kesyo mahaba ang dialogues. Kesyo hindi nakakatawa. Kesyo hindi crisp ang lines.

Madugo ang revisions noong script na iyon. Na-insecure ako. Baka nagsisi siya na kinuha ako. Baka bigla niya akong alisin sa show. Kinabahan talaga ako.

When I submitted my second script, minura niya ako:

★

"Putang ina, ang galing mong magsulat!" Hindi ako nakahirit. Ngiti lang ako. Pero deep down inside, gusto kong umiyak. Coming from an award-winning writer and director, parang gusto ko i-freeze ang moment na iyon para forever ko ma-treasure.

First time niya akong minura pero kung laging ganoon ang mura niya, keri lang. Tatanggapin ko.

Sayang nga lang at eight months lang ang tinagal ng MJAO. Ang dami ko pa sanang natutunan from him. Pero kahit na hindi na kami magkatrabaho ni Direk Joey, walang nagbago. He remains to be my mentor.

Sabi niya noon, "Media can show you what is real, but not what is true. . ." and he is one of the few people in the industry who remain real and true.

People might see Direk Joey as someone with an acerbic tongue, who is not afraid to say what he feels. What others don't see is he has the kindest and most generous heart in the industry. He is just misunderstood sometimes. Akala ng mga tao, dahil lagi siyang nagtataray, masungit siya. He may be a bitch, but he actually has a soft heart.

> MEDIA CAN SHOW YOU WHAT IS REAL, but not what is true.

Naiiyak siya sa problema ng mga tao. He gets affected when his friends have problems. He truly fights for his friends. He is one of the kindest persons I've met. Hindi mo iisipin na sa layo ng narating niya, and sa dami ng tagumpay niya, he remains to be humble and approachable.

Sabi ng mga kaibigan ko, masuwerte daw ako to have him in my life. Tama sila. He is the reason why I'm here today, doing what I have always dreamed. He is one of the reasons why I'm surviving in this industry.

Kung wala siya, matagal na siguro akong sumuko at bumalik na lang sa corporate world.

Somebody asked me kung kumusta si Direk Joey as a person, kung ano raw siya kapag wala siya sa shooting or taping or sa harap ng camera. Sabi ko, he is just like us.

Kinikilig na parang sixteen years old kapag nai-in love.

He derives pleasure from simple things in life like reading a good book on a Sunday afternoon or eating Chocnut. Kapag depressed, he either goes shopping or rushes to the nearest spa. And he wishes to write an international bestselling novel and spend six months a year in a loft in New York.

Kahit hindi siya si Joey Reyes na sikat na director/ scriptwriter at isa lang siyang ordinaryong tao, ipinagmamalaki ko pa rin na nakilala ko siya.

Direk became more than a mentor and a friend to me. He is my "nanay." And like any nanay, madalas niya akong talakan. Ayaw niya kapag naka-red nail polish ako dahil mukha daw akong "burikak."

Pinilit niya ako na mag-gym kasi kung hindi, tatanda daw akong dalaga or baka magka-boyfriend na peperahan lang ako. At kinu-question niya ang taste ko sa lalaki.

He once asked, "Anak, bakit ka naman nahuhunghang sa isang lalaki na ang boses ay parang kay Bert sa *Sesame Street?*"

Pero bilang isang Nanay, he remains supportive. He watches my show and gives comments like, "You can do better than that" and "You're starting to become a typical TV writer. I don't wanna lose the Noreen I know."

Lagi rin siyang nariyan para payuhan ako, para alagaan, para i-lift up at i-encourage kapag nade-demoralize na ako sa trabaho or gusto ko nang sumuko.

Direk, kung nababasa mo ito, happy birthday! Thanks for everything. Sa mga binibigay mong opportunity, sa mga tinuturo mo, sa mga kinukuwento mo, sa mga sinasabi mo na akala mo wala lang, pero life-defining na pala sa ibang tao.

You once told us na to succeed in showbiz, kailangan ng thirty percent na talent at seventy percent na attitude. I will always keep that in mind, Direk. Pipilitin kong maging mabuting writer at mabuting tao. So you will always be proud of me.

And as my tribute to Direk, here are some of his quotable quotes:

"Some people make a career out of greed, while others make greed a career."

"Assumptions and presumptions are the biggest mistakes in life."

"The hardest to achieve is to make the complicated look all too simple."

"Some people are born dumb. Others make a career out of it."

"Mediocrity is forgivable. It is genetic. But hypocrisy is definitely acquired."

"Merong Kapuso. Merong Kapamilya. Ako ay katrabo. Ako ay Direktor. Labas na ako sa usapang iyan."

"Loyalty is a privilege granted to the deserving. Exclusivity is simply paid for."

"But remember . . . regardless of whatever you come across in life, never surrender the passion. A life without passion is mere existence. Endeavors without conviction are mere obligations and not necessities leading to fulfillment.

You do not make your work the reason for existence. You work hard to have a good life, not merely to make a living.

Pero heto ang pinaka-favorite ko:

Direk Joey: Masama na ba ang image ko sa tao?
Me: Hindi naman, Direk, para ka lang si Ninoy sa panahon ni Marcos.
Direk Joey: So, that makes you my Kris.

11.1.11

★

Today is 11.1.11.

Allergic na ako sa ganyang date. You see, my close friends remember that was my last Facebook status before I was rushed to the ICU on January 2011. "1:11 1.11.11." I posted the same thing at around 1 a.m. in my Twitter page, before I tweeted my last post, "Antokyo, Japan."

I didn't realize that even my friends were traumatized about what happened to me.

I was chatting with my friend Clar the other day and I said, "Tulog na ako . . . Antokyo, Japan na." And she said, "Huwag kang ganyan! Iyan ang huling tweet mo bago ka na-ICU."

There were so many lessons I learned from that fateful day pero ang pinaka nag-stick sa akin: When you die, people will always remember what you said or did last before you passed on.

I am very grateful that I'm still alive and writing this piece. But had I died that day, my last tweet would be "Antokyo, Japan."

We don't know when we will die. We don't know if what we said, we tweeted, we texted, or posted on Facebook would be our last; and it's very important not to say, text, tweet or post something we don't want people to remember us by.

The TV show *How I Met Your Mother* echoed this episode when Marshall's dad died and he was recalling the last words his father told him. Everyone also tried to remember their last words to their parents, and vice versa. That got me thinking. I couldn't remember what my father's last words to me were. But I believe I told him, "Thank you and I love you," hours before he died. I also said, "Pahinga ka na kung pagod ka na . . ."

May this be a reminder to those posting hurtful and angry tweets, those who always complain and rant on their Facebook walls, those who enjoy cyberbullying and maligning people online. You don't want those negative words to be associated with you when you're gone, do you?

Today is 11.1.11. My last Facebook status was "Happy birthday to one of the kindest and most generous actors I've known, Coco Martin." My last tweet was about my BBM conversation with Jessy Mendiola. And my last text message had something to do with my e-mail address.

What were yours?

☆☆☆

7. ANO ANG PET PEEVE MO BILANG ISANG WRITER?

When I can't put my thoughts into words. Tapos parang nakakaloko pa iyong cursor na blink nang blink habang tinititigan ko siya.

8. ANO'NG GINAGAWA MO KAPAG NAGKAKA-WRITER'S BLOCK KA?

Makinig sa music o manood ng MTV channel. O kaya tumunganga sa bintana at magsenti.

☆☆☆

5.

HUWAG MONG PAGSISIHAN KUNG NASARAPAN KA NAMAN

Ang love parang Friendster at Multiply.
Napasaya ka man ng ilang taon,
natatapos, napapalitan, at nakakalimutan din.
– "Ampalaya Trilogy"

PAMATAY
na hirit
✦

Huwag mong pagsisihan kung nasarapan ka naman . . ."
Sinabi iyan ng kaibigan ko noong magkasama kami
sa isang pastry shop sa Quezon City. Nagrereklamo kasi ako na
ang dami kong kinaing cake noong araw na 'yun—Cheesecake,
Tiramisu, saka Dark Chocolate. Binibilang ko ang calories na
pumasok sa katawan ko at nanghihinayang ako dahil nasayang
lang ang pag-gi-gym ko.

"Huwag mong pagsisihan kung nasarapan ka naman . . ."

"Paano kung hindi ako nasarapan?"

"Katangahan na 'yun."

ANO'NG MERON
ang taong happy?

Nakaka-LSS (last song syndrome) 'yung lumang commercial na may jingle na "Ano'ng meron ang taong happy?"

Noong ginawa ko siyang YM (Yahoo! Messenger) status, ang daming sumagot. "Bonus," sabi nung kaopisina ko. "Pera," sagot ng writer ko. "Papa," "Lovelife," "Dyowa," naman ang sabi ng iba. May isang nagpaka-deep, "Contentment" ang sabi sa akin.

Ano'ng meron ang taong happy? Sagot ko: hope. Bigyan mo ng hope ang isang tao, at enough na 'yun para sumaya siya. Kahit panandalian, kahit konti lang.

ANO'NG MERON
ANG TAONG HAPPY?
1. Bonus
2. Pera
3. Papa
4. Lovelife
5. Dyowa
6. Contentment
7. Hope

MAY PERA
sa heartache

★

Natutunan ko na mas magaling magpakilig ang mga loveless kasi ginagamit nila ang imagination sa pagsusulat.

Mas magaling magpaiyak ang mga depressed at broken-hearted kasi sariling experience nila ang pinaghuhugutan nila.

I therefore conclude that the best writers are either loveless or brokenhearted.

THE BEST WRITERS are either loveless or brokenhearted.

NAKAKALOKANG HIRIT
mula sa isang young actor

★

"Minsan, gusto ko nang pumutok, kaya lang, wala naman akong maputukan . . ."

Sinabi ito ng isang young actor kahapon. Sabi kasi niya, minsan, napapagod na siya living a good life. At gusto na niya sumabog. Gusto na niyang pumutok. Wala nga lang siyang maputukan.

Hirit ng gay friend ko na crush na crush ang actor na ito, "Puwede siya magpaputok sa akin anytime."

HINDI IMPORTANTE
kung sino ang nauna

*

Nakausap ko ang kaibigan kong assistant director. Nalulungkot siya kasi ang tagal na niyang AD, hindi pa siya nagiging director.

"Nauna pa nga sa akin si _____ (name of a younger AD) eh, mas matanda ako sa kanya," he rants.

Sagot ko, "Hindi importante kung sino ang nauna. Ang importante, kung sino ang nagtagal."

ANG IMPORTANTE,
kung sino ang nagtagal.

LOVE
and iced tea
★

Bumili ako ng iced tea sa Wendy's sa may ABS-CBN. Noong inabot na sa akin ng crew, nabasâ ang paa ko dahil sa umapaw ang iced tea. Sinabi ko sa kanya na ang dami ng nilagay niya.

"Ganyan ako magmahal, Ma'am. Punong-puno."

I told her, "Sobra na. Umaapaw na, o. Magtira ka naman sa sarili mo."

THE QUEZO DE BOLA
story
★

May binigay ang ABS-CBN sa mga employees na Quezo de Bola Gift Certificate na puwede mo ma-claim sa mga piling supermarket.

Noong nasa Davao ako, inisa-isa ko ang Gaisano Mall, SM at Robinsons pero wala na 'yung ganoong brand ng quezo de bola.

Kung kelan suko na ako, nakita ko na meron pala sa maliit na tindahan sa labas ng subdivison namin.

Moral of the Story: Baka kaya hindi mo makita 'yung hinahanap mo kasi sa malayo ka naghahanap. Hindi mo alam, nasa tabi mo lang pala.

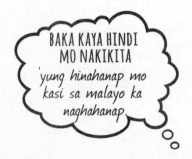

BAKA KAYA HINDI MO NAKIKITA 'yung hinahanap mo kasi sa malayo ka naghahanap.

AMPALAYA
trilogy
★

Ampalaya 1. Ang love parang Friendster at Multiply. Napasaya ka man ng ilang taon, natatapos, napapalitan, at nakakalimutan din.

Ampalaya 2. Sometimes, when I remember you, I'd ask myself, "Will I ever find someone like you?" And my answer is "No, I will never find someone like you. I will find someone *better* than you."

Ampalaya 3. May bago na siyang girlfriend? Magsama sila. Isang basura, at isang basurera.

I WILL FIND SOMEONE *better than you.*

DAHIL MASAMÁ
akong tao
✷

Sa Lacoste store, may nakita akong napakagandang bag na kulay olive green. Tiningnan ko. Tinanong kung magkano. Mura lang kaya balak ko nang bilhin. Kaso, napatingin din ako sa same style/size na bag na kulay red.

Hawak ko ang green at red. Parehong tiningnan sa salamin. Mas gusto ko pa rin 'yung green. Besides, ang dami ko nang red na bags.

Biglang may isang babaeng pumasok sa tindahan. Nakita niya iyong hawak kong bag. Tinanong niya yung saleslady kung may red pa raw. Sabi ng saleslady, last stock na raw iyong hawak ko.

So 'yung babae, hinintay niya na ibaba ko 'yung red bag na hawak ko.

Hulaan niyo kung aling bag ang binili ko.

Sabi sa akin ng kaibigan ko, ang samá ko daw. Green naman 'yung talagang gusto ko pero noong may ibang nagpakita ng interest sa red, at dahil last stock na 'yung hawak ko, red ang binili ko.

Sabi ko, "Iba pala kapag may ibang may gusto sa meron ka."

Pero dagdag ko, hayaan niya na, sa bag at mga bagay ko lang naman puwedeng gawin 'yun. Kasi most of the time, pagdating sa love life at lalaki, ako iyong babaeng nagwi-wish na sana may ibang stock pa ang bag na hawak na ng iba.

CHOS!

★

A high school batchmate chatted with me on Facebook.

He: Uy, malapit na ang birthday ng high school dyowa mo.
Me: Ha? Sino?
He: Si C.
Me: Hahaha. Dyowa talaga . . . Oo nga, 'no? November na.
He: Nakalimutan mo na?
Me: Naman . . . How many years ago na 'yun. Ang tagal na
    noon.
He: Buti ka pa, nakapag-move on na. Ako hindi pa.
Me: Hahaha. Kanino?
He: Sa 'yo.

Echosero!

☆☆☆

9. ANO (O SINO) ANG LAPTOP WALLPAPER MO?

*My dreamboard: things I want to accomplish
before I turn 40.*

☆☆☆

ALMOST
an afterword

✷

I used to think that "almost" is the saddest word in the dictionary. I almost won. They almost got married. We were almost there.

And then last 2011, I almost died.

Nagkaroon ako ng ruptured aneurysm and I was comatose for three days. Ang sabi ng mga doctor, kung na-late lang ng ilang minuto ang pagdala sa akin sa hospital, I would have died. They also said I had a slim chance of surviving. I was in the ICU for two weeks. I almost died, but I lived.

Suddenly, "almost" isn't so bad, after all.

At na-realize ko, may mga "almost" tayo sa buhay natin, hindi dahil sa hindi natin deserve iyun, o hindi tayo handa para doon, but simply because hindi pa iyun ang tamang panahon.

Totoo nga ang sabi nila. There's a perfect time for everything.

Before Facebook, Twitter and Tumblr, my blog and my online column were the source of forwarded e-mails and articles about relationships, singlehood, and other kakikayan stuff. Ang daming nagsasabi sa akin na i-compile ang mga articles ko at gawing libro.

Over the years, I have tried to come up with a book. I almost did, pero hindi ko magawa-gawa.

When I almost died, I realized that I was given a chance to do the things I haven't done. Kaya heto na nga. This book is the completion of the long-time almost in my life.

Gusto ko lang magpasalamat sa best friend kong si Bim, na nagpautang sa akin ng PhP12,000 noong 2003 para makabili ako ng sarili kong PC. Naniniwala kasi siyang magiging ganap na writer ako balang araw.

Salamat din sa mga matalik kong kaibigan na sina Clar, Ilai, Jan, at Cel na naging supportive sa mga laban ko sa buhay at nagtiyagang makinig sa mga kuwento ko.

Kay Mimi at Karl ng Peyups.com na nagbigay sa akin ng chance na maging columnist sa website nila, thank you dahil sa Peyups nabuo ang karamihan sa mga nasa librong ito.

Sa nanay ko at sa mga kapatid ko na walang alam tungkol sa personal na buhay ko, salamat sa pang-unawa at pagtanggap, lalo na pagkatapos ninyong mabasa ang librong ito.

At sa lalaking laman ng diary ko buong high school, ang dahilan kung bakit ako naging senti, kung bakit ako nahasa maging manunulat—salamat at dumating ka sa buhay ko. Alam ko na ang purpose mo—hindi para makatuluyan ko, kundi para maging daan sa pagiging TV writer at book author ko.

☆☆☆

10. MERON KA BANG PAYO PARA SA MGA BAGONG WRITER?

Don't use big words just to impress your readers. It doesn't matter how you say it. You never go wrong if you write from the heart.

MGA GABAY NA TANONG
para sa klasrum o sa book club
★

1. Ano ang pagkakaintindi mo sa "parang kayo, pero hindi" na set-up? Bakit maraming pumapasok sa ganitong klaseng relasyon ngayon?

2. Sang-ayon ka ba sa ganito? Para sa iyo, ano ang mga pros and cons ng isang pseudo-relationship?

3. Naniniwala ka ba na puwedeng mauwi sa seryosong relasyon ang nagsimula sa malabong set-up na parang kayo pero hindi?

4. May naranasan ka bang ganito o may kakilala ka ba na nasa ganitong klaseng relasyon?

5. Ano-ano ang mga natutunan mo habang binabasa mo ang mga sanaysay sa librong ito?

BUTI PA ANG ROMA,
May Bagong Papa

★

Malamig ba ang Christmas mo?

Nasa loob ka ng aircon na bus isang maulan na gabi. Senti ang mga kantang pinapatugtog sa radyo. Noong narinig mo ang "It Might Be You" ni Stephen Bishop, gusto mong maiyak dahil na-realize mo na wala kang pag-aalayan ng kantang 'yun. Ginala mo ang tingin mo sa paligid mo at nakita mo na halos lahat ng tao sa bus ay magkapares, maliban sa iyo. Kahit na 'yung kundoktor ay nakikipaglandian sa babaeng ticket inspector. Ibinaling mo ang tingin mo sa labas. Nakita mo ang mga nagkikislapan na Christmas lights at iba't ibang dekorasyon sa EDSA, ang mga taong galing sa mall na may bitbit na malalaking shopping bag, ang mga batang nangangaroling sa bahay-bahay.

Kung ikaw ang papipiliin, gusto mo munang pigilan ang oras. Ayaw mo na munang mag-Pasko. Ipinikit mo na lang ang mata mo para wala ka nang makitang magpapalungkot sa iyo. Mabuti na lang at tapos na ang lecheng "It Might Be You." Ngunit parang nananadya ang radyo, biglang tumugtog ang "Pasko na, Sinta Ko" ni Gary V. Pero iba ang lyrics na nasa isip mo: "Pasko na, t*ngina, wala pa ring sinta . . . Bakit ba ganito, tigang pa rin ako . . ."

"Mama, paraaaaaaaaa," sigaw mo sabay tayo sa upuan at nagmamadaling bumaba.

Malayo pa ang sakayan ng tricycle pero hindi mo na kaya ang emotional torture sa loob ng bus. Siyempre, hindi mo naisip na umuulan nga at walang waiting shed sa binabaan mo kaya nabasa ka. Dali-dali mong hinalungkat ang bag para sa payong at binuksan ito.

Habang naglalakad, at habang nanginginig sa ginaw, naalala mo ang mga panahon na may ka-share ka sa payong, at may brasong nakaakbay sa iyo. Mga panahong kahit na umuulan o giniginaw ka ay okay lang dahil nandoon siya. Hindi tulad ngayong nag-iisa kang naglalakad sa maulan na gabi.

SINO SI
Noringai?

★

NORINGAI, or Noreen Capili, is a thirty-something TV writer who makes people laugh, cry, and fall in love for a living. She's been a blogger since 2001 and was an online columnist for Peyups.com from 2003 to 2006.

A graduate of BA Creative Writing in UP Diliman, she dreamed of seeing her name on the TV screen, releasing her own book, and writing for movies.